அயர்லாந்து

அரசியல் வரலாறு

என். ராமகிருஷ்ணனின் பிற நூல்கள்

ரஷ்யப் புரட்சி

மார்க்ஸ் எனும் மனிதர்

புயலின் பெயர் சூகி

ஹோ-சி-மின்

அயர்லாந்து

அரசியல் வரலாறு

என். ராமகிருஷ்ணன்

கிழக்கு

அயர்லாந்து - அரசியல் வரலாறு

Ireland - Arasiyal Varalaaru

N. Ramakrishnan ©

First Edition: October 2008

144 Pages

ISBN 978-81-8368-953-3

Kizhakku - 348

Kizhakku, An imprint of
New Horizon Media Pvt. Ltd.,
No.33/15, Eldams Road,
Alwarpet, Chennai - 600 018.
Phone : 044 - 42009601/03/04
Fax : 044 - 43009701

Email : support@nhm.in
Website : www.nhm.in

Publisher
Badri Seshadri
Chief Editor
Pa. Raghavan
Editor
Marudhan
Sr. Asst. Editors
Mugil
Sa.Na. Kannan
R. Muthukumar
Balu Sathya
Chief Designer
T. Kumaran
Designers
S. Kathiravan
Muthu Ganesan
E. Anandan

சமர்ப்பணம்

தங்கள் தாய்நாட்டை ஆங்கிலேயர் ஆதிக்கத்திலிருந்து விடுவிக்க 800 ஆண்டுகள் குருதி சிந்தி, இன்னுயிர் ஈந்து போராடிய அயர்லாந்து மக்களுக்கு.

போராட்டப் பாதை

1. மரகதத் தீவு

அயர்லாந்து

அயர்லாந்து மக்களின் தீரமிக்க 800 ஆண்டுகாலப் போராட்ட வரலாறு, உலக வரலாற்றில் மிக முக்கியமான அத்தியாயம்.

ஒரு போராட்டம் என்றால் தலைமை அவசியம் என்னும் கருத்தை மறுத்து லட்சக்கணக்கான மக்கள் வீதிகளில் திரண்டு வந்து நிகழ்த்திக் காட்டிய போராட்டம் இது.

போராட்ட வரலாறைப் பார்ப்பதற்கு முன்பு, அயர்லாந்தின் பூர்வீக வரலாறைப் பார்த்து விடுவோம். பிரச்னையின் ஆணிவேர் அங்கேதான் இருக்கிறது.

பொங்கும் மாகடலால் சூழப்பட்டுள்ள அயர்லாந்து ஐரோப்பாக் கண்டத்தின் வடமேற்கில் உள்ள ஒரு பெரும் தீவாகும். அது, இங்கிலாந்து நாட்டை அடுத்துள்ளது.

அயர்லாந்து நாட்டின் வெளி அரணாக தனித்தனியான நீள் மலைத்தொடர்கள் உள்ளன. இவை கடற்கரைகளுக்கு இணையாகவே அமைந்துள்ளன. அந்நாட்டின் கிழக்குக் கடலோரப் பகுதியில் மட்டுமே மலைத்தொடர் கிடையாது. அங்கேதான் செழிப்பான மத்திய சமவெளிப் பகுதி கடலோடு சேர்கிறது.

அயர்லாந்து நாட்டின் மையத்தில் இருக்கும் இந்த மத்திய சமவெளிப் பகுதி, இயற்கை எழில் பூத்துக் குலுங்கும் பகுதியாக

விளங்குகிறது. மிக நீண்ட ஷன்னான் ஆறும், எண்ணற்ற கிளை ஆறுகளும் இந்தச் சமவெளிப் பகுதியை அழகுபடுத்துகின்றன. ஏராளமான ஏரிகள், அடர்த்தியான காட்டுப் பகுதிகள் நிறைந்திருக்கும் இந்த மத்தியப் பகுதியில் காண்போரைக் கவர்ந்திழுக்கும் செழுமையான புல்தரை, பச்சைக் கம்பளம் விரித்தாற்போல் பரந்து காணப்படுகின்றது. செங்குத்தான சிகரங்கள், தாழ்வான மலைக்குன்றுகள் ஒரு வளையம் போல் வட்டமாகச் சூழ்ந்து நிற்க, வளமையான புல் தரைப் பகுதி ஒரு கோப்பையைப்போல விளங்குகிறது. எங்கு நோக்கினும் பசுமையாகத் தென்படும் காரணத்தினாலேயே அயர்லாந்து தீவுக்கு 'மரகதத் தீவு' என்ற பெயரும் சூட்டப்பட்டது.

வட அட்லாண்டிக் கடல் வெது வெதுப்பான வளைகுடா நீரோட்டத்தை வடக்கு ஐரோப்பாவுக்குக் கொண்டு வருவதால் அயர்லாந்தின் தட்பவெப்பநிலை வருடம் முழுவதிலும் மிதமான தாகவே உள்ளது. அதே சமயத்தில், மேற்கு திசையிலிருந்து வீசும் அட்லாண்டிக் காற்று, தேவையான மழையை அயர்லாந்துக்கு அளிக்கின்றது. மிதமான வெப்பம், சீரான மழை ஆகிய இரண்டும் சேர்ந்து அயர்லாந்து சமவெளியை மாறா பசுமையுடன் வைத்திருக்க உதவுகிறது.

இங்கே ஓடும் ஷன்னான் ஆறு, இங்கிலாந்து தீவுகளில் உள்ள ஆறுகளில் மிக நீண்ட ஆறாகும். இதன் நீளம் 320 கி.மீட்டர். இது, தான் செல்லும் வழியில் சில இடங்களில் விரிந்து பரந்து பல ஏரிகளை உருவாக்கியுள்ளது.

பண்டைக் காலத்தில் அடர்த்தியாக இருந்த அயர்லாந்தில் பூர்வீகக் குடிகள், மலைப்பகுதிகளில் தனித்தனியாக வசித்து வந்தனர். அவர்கள் எங்கிருந்து வந்தனர், எவ்வாறு குடியேறினர் என்பது தெரியவில்லை.

ஆயிரக்கணக்கான வருடங்களுக்கு முன்பு மேய்ச்சல் நிலப் பரப்பைத் தேடி ஐரோப்பாவில் சுற்றித் திரிந்து கொண்டிருந்த 'கெய்ல்ஸ்' என்றழைக்கப்பட்ட இனப்பகுதியினர் ஸ்பெயின், பிரான்ஸ் நாட்டின் மேற்குப் பகுதி, பெல்ஜியம் முதலிய இடங்களிலிருந்து சிறு, சிறு குழுக்களாக அயர்லாந்துக்கு வந்தனர். அதே சமயத்தில், அவர்களில் மற்றொரு பகுதியினர் கிரீஸ், ஆசியா மைனர், இத்தாலி போன்ற நாடுகளுக்குள் புகுந்தனர்.

அயர்லாந்துக்குள் வந்த 'கெய்ல்' இனக் குழுவினர், மற்ற இடங்களில் புகுந்த இனக்குழுவினரைப் போல பூர்வக்குடி மக்களை விரட்டியடிக்கவில்லை. மாறாக, அயர்லாந்தின் பூர்வக் குடி மக்களுடன் இணைந்தனர். இவ்வாறு கெய்ல் ஐரிஷ் சமுதாயம் உருவானது.

காலப்போக்கில் இந்தப் புதிய சமுதாயம் காடுகளைத் திருத்தி கழனியாக்கியது. அயர்லாந்தின் நான்கில் ஒரு பகுதி, பயிரிடு வதற்கேற்ற விளை நிலமாக மாற்றப்பட்டது. நான்கில் ஒரு பகுதி காடாகவும், சதுப்பு நிலப் பகுதியாகவும், மலைப் பகுதியாகவும் இருந்தது. மீதமுள்ள பாதிப்பகுதி மேய்ச்சல் நிலமாக விளங்கியது.

புதிதாக உருவான கெய்லிக் - ஐரிஷ் சமுதாயமானது இயற்கை பொருளாதார உற்பத்தியை அடிப்படையாகக் கொண்டிருந்தது. ஆடு, மாடு, குதிரை, பன்றி போன்ற வீட்டு மிருகங்களை அவர்கள் வளர்த்து வந்தனர். அத்துடன் பயிரிடுதல் கைத்தொழில்கள் நடத்துவதும் சேர்ந்து வந்தது. உற்பத்தியான நுகர்வுப் பொருள்கள், அந்தச் சமுதாயத்தின் தேவைக்குப் போக மீதமிருந்தன. அவை, ஓரளவு பண்டமாற்று முறை மூலம் மாற்றிக் கொள்ளப்பட்டன.

அன்றைய அயர்லாந்து மக்களின் பிரதான உணவு பால், பால் பொருள்கள், ஓட்ஸ் கஞ்சி, பார்லி ரொட்டி ஆகியவை ஆகும். அத்துடன், காடுகளில் வேட்டையாடுவதன் மூலம் கிடைக்கும் இறைச்சியும் அவர்கள் உணவாக இருந்தது. செல்வம் என்பது ஆடு, மாடுகளை வைத்தே கணக்கிடப் பட்டது. பரிவர்த்தனை மதிப்பின் அலகு (யூனிட்) 'கம்பல்' என்றழைக்கப்பட்டது. இதன் பொருள் ஒரு அடிமைப் பெண் என்பதாகும். ஆனால் நடை முறையில் அது மூன்று பசுக்களைக் குறிக்கும்.

கெய்ல் சமுதாயமானது, பொருளாதார அரசியல் அம்சங்களில் மரபு வழிப்பட்டதாகவே இருந்தது. அதனுடைய பொருளாதார அமைப்பு 'மைன்' என்றும், அரசியல் அமைப்பு 'கிளான்' என்றும் அழைக்கப்பட்டது. இவ்விரண்டுக்கும் இடையில் 'செப்ட்' என்ற அமைப்பு இருந்தது. அது, அரசியல் வழியிலும், பொருளாதார வழியிலும் செயல்பட்டது.

நிலம் என்பது 'செப்ட்டுக்குச்' சொந்தமானதாகவிருந்தது. ஒவ்வொரு செப்ட்டுக்கும் எவ்வளவு நிலப்பரப்பு என்பது தொன்று தொட்டு வரும் நடைமுறையில் தீர்மானிக்கப்பட்டது.

11

ஒவ்வொரு செப்ட்டுக்கும் கீழே பல கிளான்கள் (குழுக்கள்) இருந்தன. ஒவ்வொரு கிளானும் தங்களுக்கென்று தனித்தனியாக நிலப்பரப்பை வைத்திருந்தன. இது கூட்டுச் சொத்தாகும். ஒரு கிளான் வைத்திருக்கும் நிலப்பரப்புக்கும், மற்றொரு கிளான் வைத்திருக்கும் நிலப்பரப்புக்குமிடையே காலி இடம் இருக்கும். இது, யாருக்கும் சொந்தமானது அல்ல. ஒவ்வொரு கிளானும் அதிகபட்சமாக எந்தளவு நிலம் வைத்துக் கொள்ளலாம் என்பது ஏற்கெனவே முடிவு செய்யப்பட்டிருந்தது. அந்த முடிவு மீறப்பட்டால் அது, ஆக்கிரமிப்புச் செய்ததாகக் கருதப்படும். ஒரு கிளானுடைய நிலப் பரப்பு சுருக்கப்படுவதென்பது அது சார்ந்துள்ள செப்ட் அமைப்பினால் தீர்மானிக்கப்படும்.

ஒவ்வொரு செப்ட்டும் தனக்குக் கீழுள்ள ஒவ்வொரு குடும்பத் துக்கும் மேய்ச்சல் நிலத்தையும், பயிரிடும் நிலத்தையும் பிரித்துக் கொடுக்கும். இந்தக் குடும்பத்துக்கு 'பைன்' என்று பெயர். இந்தக் குடும்பத்தின் தலைவர் 'பிளெய்த்' என்றழைக்கப்பட்டார்.

இந்தக் குடும்பம் 17 ஆண்களைக் கொண்டிருக்க வேண்டும். குடும்பத்தலைவர், அவரது மகன்கள், நெருங்கிய ஆண் உறவினர்கள் அல்லது ஆண் அடிமைகள் ஆக மொத்தம் 17 ஆண்கள். இவ்வாறு 17 ஆண்கள் ஒரு குடும்பத்தில் இருந்தால் தான், அந்தக் குடும்பத் தலைவருக்கு 'செப்ட்டின்' நிலத்தில் இருந்து ஒரு முழு உறுப்பினருக்குரிய பங்கு கிடைக்கும்.

குடும்பம் என்பது நான்கு அடுக்குகளைக் கொண்டது. முதல் அடுக்கானது 'கெய்ல் பைன்' என்றழைக்கப்பட்டது. இதன் பொருள் உண்மையான குடும்பம் என்பதாகும். இது, குடும்பத் தலைவரையும், அவருடைய நான்கு மகன்களை அல்லது நெருங்கிய ஆண் உறவினர் நால்வரைக் குறிக்கும். இரண்டாவது அடுக்கானது 'தேர்பைன்' என்றழைக்கப்பட்டது. இதில் நான்கு ஆண்கள் இருப்பார்கள். மூன்றாவது அடுக்கு 'அயர்பைன்' என்றழைக்கப்பட்டது. இதில் நான்கு ஆண்கள் இருப்பார்கள். நான்காவது அடுக்கு 'இன்பைன்' என்றழைக்கப்பட்டது. இதிலும் நான்கு ஆண்கள் இருப்பார்கள்.

குடும்பத் தலைவரின் மகன் தக்க வயதை அடையும்போது 'கெய்ல் பைன்' அடுக்கினுள் வந்துவிடுவார். எனவே அங்கிருக் கும் நான்கு உறுப்பினர்களில் ஒருவர் வெளியேற்றப்பட்டு விடுவார். அவ்வாறு வெளியேற்றப்படும் உறுப்பினர் தனிக்

குடும்பமாகக் கருதப்பட்டு, 'செப்ட்' அவருக்கு மேய்ச்சல் நிலத்தையும், விளை நிலத்தையும் அளிக்கும்.

குடும்பத் தலைவர் இறந்துவிட்டால் 'கெய்ல் பைன்' என்றழைக்கப்படும் உண்மையான குடும்பமானது அவருடைய அசையும் சொத்துக்களில் மூன்றில் இரு பகுதியினைப் பெறும். மீதமுள்ளவற்றில் 'தேர்பைனைச்' சேர்ந்தவர்கள் மூன்றில் இரு பங்கையும், அதன் மீதியில் 'அயர் பைனைச்' சேர்ந்தவர்கள் மூன்றில் இரு பங்கையும். கடைசியாக மிச்சமிருப்பவற்றை 'இன்பைனைச்' சேர்ந்தவர்களும் பெறுவார்கள்.

அதே போன்று குடும்பத் தலைவர் ஏதாவது ஒரு தகராறிலோ அல்லது சண்டையிலோ மாட்டிக்கொண்டால் அவருக்கு அபராதங்களுடன் தண்டனையும் விதிக்கப்படும். அதையும் குடும்பம் முழுவதுமே கூட்டாகச் செலுத்தவேண்டும். அபராதத்தில் 'கெய்ல் பைனைச்' சேர்ந்தவர்கள் அதிகமாகவும், அடுத்தடுத்துள்ள மூன்று பகுதியினர் குறைவாகவும் செலுத்த வேண்டும்.

செப்ட்டின் நிலம் மூன்று வழிகளில் விநியோகிக்கப்பட்டது.

ஒவ்வொரு 'பைனுக்கும்' (குடும்பத்துக்கும்) நிரந்தரமான அடிப்படையில் நிலம் வழங்கப்பட்டது. அந்த நிலத்தில் குடும்பம் வசிப்பதற்கான வீட்டைக் கட்டிக் கொள்ளலாம். அந்தக் குடும்பத்தைச் சார்ந்திருப்பவர்களுக்காகக் குடிசைகளும் போட்டுக் கொள்ளலாம். பெரும் திறந்த நிலப்பரப்பில் அல்லது புல்தரைப் பகுதியில் ஒரு பகுதி நிலம் பயிரிடப்படும். அதில் ஒவ்வொரு 'பைனும்' தனக்குரியப் பங்கை பெறலாம். மீதமுள்ள நிலம் பிரிக்கப்படாமல் இருந்தது. அதை ஒவ்வொரு 'பைனும்' தன் தகுதிக்கேற்ற அளவில் பயன்படுத்திக் கொள்ளலாம்.

'பைன்' என்பது இல்லாது போய்விடுமானால் அதன் சொத்து முழுவதும் மீண்டும் 'செப்ட்டுக்கே' போய்விடும்.

குடும்பத் தலைவர்களைக் (பிளெய்த்) கொண்ட ஒரு குழு, பொதுவான விஷயங்களைத் தீர்மானிக்கும். இந்தத் தலைவர்கள் தங்களுக்குள் ஒருவரை குழுத் (செப்ட்டின்) தலைவராகத் தேர்ந்தெடுப்பார்கள். அவருக்கு 'ரீ' என்று பெயர். இது குறுநில மன்னனுக்குச் சமமான பதவியாகும். இத்தகைய 'ரீ' என்றழைக்கப்படும் குறுநில மன்னர்களுக்கும் மேலாக, 'அர்த்ரீ'

என்ற உயர் மன்னன் இருந்தார். அயர்லாந்தில் இத்தகைய உயர் மன்னர்கள் பலர் இருந்தனர். ஆதலால் அயர்லாந்து ஒரே ஆட்சியின் கீழ் இருந்ததில்லை.

'ரீ' என்றழைக்கப்பட்ட குறுநில மன்னர் ஆரம்பக் கட்டத்தில் குழுத் தலைவர்களால் தேர்ந்தெடுக்கப்பட்டபோதிலும், காலப்போக்கில் அது பரம்பரைப் பதவியாக மாறிவிட்டது. குழுத் தலைவர்களின் அங்கீகாரம் இல்லாமல் அது நடைபெற முடியாது. குறுநில மன்னனை ஏற்க மறுப்பதற்கும், நிராகரிப் பதற்கும் தங்களுக்குள்ள உரிமையைக் குழுத் தலைவர்கள் இறுதிவரை விட்டுத்தரவேயில்லை.

கிறிஸ்துவ மதம் பரவுதல் :

ஏசுநாதர் மறைந்த சில நூற்றாண்டுகளுக்குப் பின் கிறிஸ்துவ மதம் அயர்லாந்தில் மெதுவாகப் பரவ ஆரம்பித்தது. கி.பி.400-ம் ஆண்டுக்குப் பிறகு பாட்ரிக் என்பவரால் கிறிஸ்துவ திருச்சபை அயர்லாந்தில் உருவாக்கப்பட்டது. இந்தப் பணியில் அவருக்கு உயர் மன்னர்களும், குறுநில மன்னர்களும் உதவி புரிந்தனர். இதன் காரணமாக கிறிஸ்துவ மதம் அயர்லாந்தில் வேகமாகப் பரவியது. ஒவ்வொரு 'கிளானும்' தனக்கென்று பிஷப்புகளையும், பாதிரியார் களையும் கொண்டிருந்தது. 'கிளானின்' ஆதிக்கத்துக்குட்பட்ட பகுதி முழுவதும் ஒரு டையோசீஸ் என்று அறிவிக்கப்பட்டது. ஒவ்வொரு கிளானும் தன்னுடைய பாதிரியார்களுக்கென்று நிலங்களை ஒதுக்கியது. இதை மேற்பார்வையிட ஓர் அதிகாரி யையும் நியமித்தது. ஒரு கிளானிலுள்ள பாதிரியார்கள் முழுவதும் தங்களுடைய 'பிஷப்பின்' கீழ் சமுதாயக் கூடமாக வாழ்ந்து வந்தனர். இந்தச் சமுதாயக் கூடங்கள், கலைகள், கைத் தொழில் களின் உறைவிடமாக இருந்ததோடு, தொழில் வளர்ச்சிக்கு உதவி புரியும் அமைப்பாகவும் விளங்கின. அதேபோல் வர்த்தக உறவுகளின் வளர்ச்சிக்கும் உதவி புரிந்தன.

கி.பி.795 - 1014

அயர்லாந்து நாட்டின் வரலாற்றில் குறிப்பிட வேண்டிய மற்றொரு நிகழ்ச்சி ஸ்காண்டிநேவிய நாட்டைச் சேர்ந்த கடற் கொள்ளைக்காரர்கள் நடத்திய கொள்ளையாகும். 'டேன்கள்' (டேன்ஸ்) என்று பெயரிடப்பட்ட இந்தக் கொள்ளைக்காரர்கள், அயர்லாந்துக்குள் புகுந்து கொள்ளையடித்தனர். அங்கே இருந்த

'கிளான்களையும்', 'செப்ட்டுகளையும்' அவர்களுடைய பூர்வீகக் குடியிருப்புகளிலிருந்து ஓட ஓட விரட்டிக்கொண்டேயிருந்தனர். சுமார் 200 ஆண்டுகள் மாறி மாறி நடைபெற்ற இந்தக் கொள்ளைக் காரர்களின் தாக்குதலால், 'கிளான்' மறையத் தொடங்கியது. தங்களுடைய இடங்களிலிருந்து விரட்டப்பட்டுக் கொண்டிருந்த பல்வேறு 'செப்ட்டுகள்' ஒரு பொதுவான தலைவரின் கீழ் ஒன்று திரண்டனர். இந்தத் தலைவர் 'ரீ மோர்' என அழைக்கப்பட்டார்.

கடற்கொள்ளைக்காரர்களான டேன்கள், கொள்ளையடிக்கும் தொழிலில் இறங்கும் முன்பு, வர்த்தகர்களாக இருந்தவர்கள். கொள்ளைக்காரர்களாக மாறிய பின் இரண்டையும் செய்து வந்தனர். இவர்கள் வர்த்தகர்களாக வருவதற்கு முன்பு விவசாயி களாகவும், மீன் பிடிப்பவர்களாகவும் இருந்தனர். எனவே, இவர்கள் அயர்லாந்தில் நுழைந்ததும், முகத்துவாரங்களிலுள்ள இடங்களில் நகரங்களை அமைத்தனர். தங்களின் பல்வேறு அனுபவங்களையும் அதற்காகப் பயன்படுத்தினர்.

டப்ளின், வெக்ஸ்போர்ட், வாட்டர் போர்ட், யூகல் கார்க், பாண்ட்ரி, லிமெரிக் முதலிய இடங்கள் கோட்டைகளால் சூழப் பட்ட நகரங்களாக மாற்றப்பட்டன. டேன்கள், அயர்லாந்தில் ஆதிக்கம் செலுத்திய இரண்டு நூற்றாண்டுகளில், சமாதானம் நிலவிய காலங்களில் சந்தை உறவுகளை உருவாக்கும் இடங்க ளாக இந்த நகரங்கள் விளங்கின. சிதறடிக்கப்பட்ட பழைய சமூகத்தைச் சேர்ந்த கைவினைஞர்கள், வர்த்தகர்களுக்கு இந்த நகரங்கள் புகலிடம் அளித்தன.

டேன்களின் ஆயுதத் தாக்குதலைச் சமாளிக்க வேண்டிய தேவை ஏற்பட்டதால், பல்வேறு 'ரீ மோர்கள்' ராணுவத் தலைவர்களாக உருமாறினர். தாங்கள் உயிர் வாழ வேண்டுமென்றால் பலமான படை அவசியம் என்று உணர்ந்தனர். எனவே, தங்களுடைய தலைமையின் கீழ் பயிற்சியளிக்கப்பட்டவர்களைக் கொண்டு பலமான படைப்பிரிவுகளை ஏற்படுத்தினர். இங்கிலாந்து நாட்டில் டேன்களுக்கு எதிராகப் பயிற்சியளிக்கப்பட்ட கூலிச் சிப்பாய்களை 'ரீ மோர்கள்' தங்கள் படையில் சேர்த்தனர். இவ்வாறு, 'ரீ மோர்கள்' அந்நிய சிப்பாய்களையும், ஸ்தல சிப்பாய்களையும் சேர்த்து டேன்களுக்கு எதிராகப் போராடினர். அதேசமயத்தில், தாங்கள் ஒவ்வொருவரும் உயர் மன்னனாக அதாவது, 'அர்த் ரீ' யாக வேண்டுமென்பதற்காக தங்களுக் குள்ளேயும் போராடிக் கொண்டனர்.

இந்தப் போராட்டத்தில் ப்ரியன் என்பவர் பெற்றி பெற்றார். அவர், அயர்லாந்திலிருந்த ஒவ்வொரு ரீ யிடமும் கப்பம் பெற்று முதன் முறையாக அயர்லாந்து என்ற ஓர் ஒன்றுபட்ட நாட்டை உருவாக்குவதில் வெற்றி பெற்றார்.

ப்ரியன் இறுதியாக, டப்ளின் நகரிலிருந்த டேனிஷ் மன்னனிடமும் கப்பம் வசூலித்தார். இதன் காரணமாக அவருக்கும், டேன்களுக்குமிடையில் கி.பி.1014-ம் ஆண்டில் ஒரு பெரும் போர் மூண்டது. இதில் ப்ரியன் மகத்தான வெற்றி பெற்றார். டேன்கள் படுதோல்வியடைந்தனர். ஆனால், ப்ரியன் போர்க்களத்தில் கொல்லப்பட்டார். அவர் மரணமடைந்தபின் ரீ மோர்களுக்குள் யார் உயர் மன்னன் என்பதில் போர் மூண்டது. இறுதியில் கன்னாட் என்ற இடத்தைச் சேர்ந்த ‘ரூரைத் ஓ கொன்னர்’ என்ற ‘ரீ மோர்’ உயர் மன்னனாகத் தேர்ந்தெடுக்கப் பட்டார்.

2. அடிமை தேசம்

அயர்லாந்து

டேன்களுக்கெதிரான நீண்ட போராட்டம் முடிவடைந்து அயர்லாந்தில் அமைதி நிலவ வேண்டிய நேரத்தில் மற்றொரு இடையூறு ஏற்பட்டது. லெய்க்பின் என்ற செப்ட்டைச் சேர்ந்த டயார்முட் மக்மர்ரோ என்ற ரீ மோருக்கும் 'ஓ ரூர்கஸ்' என்ற ரீ மோருக்குமிடையில் ஒரு தகராறு எழுந்தது. ஒருவருடைய மனைவியை மற்றொருவர் கொண்டுபோய்விட்டதாகக் குற்றச்சாட்டு எழுந்தது.

லெய்க்பின் செப்ட்டைச் சேர்ந்த இனக்குழுத் தலைவர்கள் டயார் முட்டைப் பதவியிலிருந்து அகற்றிவிட்டனர். அவர்கள் அமைதியையே பெரிதும் விரும்பினர். குடும்பச் சண்டையைப் பற்றிக் கவலைப்படவில்லை.

பதவி நீக்கம் செய்யப்பட்ட டயார் முட், இங்கிலாந்து நாட்டுக்கு ஓடினார். அச்சமயத்தில் இங்கிலாந்தில் இரண்டாம் ஹென்றி மன்னர் ஆட்சி புரிந்து வந்தார். அவையிலிருந்த இரண்டாம் ஹென்றி முன்பு மண்டியிட்ட டயார் முட், தான் ஹென்றி மன்னனின் சிற்றரசன் என்றும், 'தன்னுடைய உரிமையை மீட்க' மன்னர் உதவ வேண்டுமென்றும் கேட்டார்.

அயர்லாந்துக்குள் நுழைந்து அதைக் கைப்பற்ற வேண்டும் என்று நீண்ட நாள்களாகத் திட்டம் தீட்டி வந்த ஹென்றி மன்னனுக்கு, டயார் முட்டின் வேண்டுகோள் ஏற்புடையதாக இருந்தது.

அதற்கு உடனே சம்மதம் தெரிவித்தார். செல்வம் பெற விரும்பும் தன்னுடைய சிற்றரசர்கள் எவர் சம்மதித்தாலும் அவர்களை அயர்லாந்துப் போருக்கு அழைத்துப் போகலாமென மன்னர் உத்தரவிட்டார்.

ஹென்றி மன்னன் அவ்வாறு சம்மதித்ததற்கு ஒரு காரணம் இருந்தது. அது, பிரபுத்துவ அமைப்பு வளர்ந்து வந்த காலமாகும். அரசன், பிரபுக்கள், கிறிஸ்துவ திருச்சபை ஆகியவற்றிற் கிடையே ஒரு சமனநிலை எட்டப்படாத காலமாகும். 'ஒரு திருச்சபை, ஒரு அரசன்' என்ற வழிப்படி ஒரு தீர்வைக் கண்டு பிடிக்க வேண்டியது கிறிஸ்துவ திருச்சபையின் உயர் தலைவரான போப் ஆண்டவரின் கொள்கையாகும்.

இந்த நோக்கத்தைக் கொண்டே இரண்டாம் ஹென்றி மன்னன், அயர்லாந்து நாட்டின் அரசனாவதற்காக, 20 ஆண்டுகளுக்கு முன்பே போப்பாண்டவர் அனுமதியளித்திருந்தார். இரண்டாம் ஹென்றி மன்னனும் அயர்லாந்தில் நுழைவதற்குத் தக்க தருணத்தை எதிர்நோக்கி 20 ஆண்டுகளாகவே காத்திருந்தார். டயார் முட் உதவி கோரி வந்தபோதுதான், அயர்லாந்தில் தலையிடுவதற்கு இரண்டாம் ஹென்றிக்கு ஒரு பிடி கிடைத்தது.

மன்னனின் உத்தரவைப் பெற்றதும், டயார் முட், போருக்காக ஆள் களைத் திரட்ட ஆரம்பித்தார். நார்மன் பிரபுக்களின் உதவாக்கரை மகன்கள் அனைவரும் திரட்டப்பட்டனர். பணம் சம்பாதிக்கவும், கொள்ளையடிக்கவும் பேராவல் கொண்டிருந்த நார்மன், வெல்ஸ், பிரெஞ்சு, பிளெமிஷ் கூலிப்படைகள் திரட்டப்பட்டன.

1171-ம் ஆண்டில் டயார் முட் தலைமையில் அயர்லாந்துக்குள் சென்ற படை வெக்ஸ் போர்டு, வாட்டர் போர்டு ஆகிய இடங்களைக் கைப்பற்றி டப்ளினை நோக்கி முன்னேறியது. அதைத் தகர்த்தெறிந்த பின், லீயின்ஸ்டர் என்ற இடத்தின் அரசனாக டயார் முட் பதவியிலமர்த்தப்பட்டார். இதற்கு நன்றிக்கடனாக அவர், தன் மகளை, ஸ்ட்ராங்போ என்ற ரௌடிக்குத் திருமணம் செய்து வைத்தார். அதன்பின் அவர் தன்னை அயர்லாந்தின் அர்த்ரீ என்று பிரகடனம் செய்து கொண்டார். ஆனால், சில நாள்களுக்குள்ளேயே அவர் இறந்து போனார். இதைத் தொடர்ந்து அவருடைய மருமகனும், ரௌடியுமான ஸ்ட்ராங் போ, தன்னைத்தானே 'அர்த்ரீ' என்று அறிவித்துக் கொண்டான்.

அயர்லாந்தில் நடைபெற்றுவரும் நிகழ்ச்சிகளை உன்னிப்பாகக் கவனித்து வந்த இரண்டாம் ஹென்றி மன்னன், அயர்லாந்துக் குள் புக இதுதான் தக்க தருணம் என்று கருதினார். ஒரு பெரிய படையையும், போப்பாண்டவரின் ஒரு பிரதிநிதியையும் அழைத்துக்கொண்டு, அயர்லாந்துக்குள் புகுந்தார். அங்கே சென்றதும், அவர் ஒவ்வொரு ரீ யையும் அழைத்துத் தனக்கு அடிபணியும்படிக் கூறினார். அதே நேரத்தில் போப் பாண்டவரின் பிரதிநிதி, பிஷப்புகள் மற்றும் பாதிரியார்களை அழைத்து இரண்டாம் ஹென்றிதான் அயர்லாந்தின் மன்னனாக வேண்டுமென்ற போப்பாண்டவரின் கட்டளையைத் தெரி வித்தார். அவர்களும் அதை ஏற்றுக்கொண்டு குறுநில மன்னர் களை அழைத்து இரண்டாம் ஹென்றிக்கு அடிபணியும்படி கூறினர். அனைவரும் அடிபணிந்தனர்.

இரண்டாம் ஹென்றி மன்னர், இவ்வாறு அயர்லாந்தின் மன்னனாகத் தன்னைப் பிரகடனம் செய்து கொண்டார். இதன் மூலம் 1171-ம் ஆண்டில் அயர்லாந்து, ஆங்கிலேயர்களுக்கு அடிமைப்படுத்தப்பட்டது. ஆங்கிலேய நார்மன் படையெடுப்பு என்று வரலாற்றில் இடம்பெற்ற இந்தப் படையெடுப்பு, அயர்லாந்து நாட்டை இங்கிலாந்துக்கு முதன் முறையாக அடிமைப்படுத்திய யுத்தமாகும்.

இரண்டாம் ஹென்றி தன்னை பதவியில் அமர்த்திக் கொண்ட தும், தன்னுடைய முக்கிய ஆதரவாளர்கள் அயர்லாந்தைப் பிரித்துக் கொள்ளும்படி விட்டுவிட்டார். அங்கிருந்த கோட்டை நகரங்களை அவர் தன்னுடைய நேரடிப் பொறுப் பில் எடுத்துக் கொண்டார். அந்தக் கோட்டை நகரங்கள் ஒவ்வொன்றிலும் ஒரு கோட்டை கட்டப்பட்டது. அரச பிரதிநிதி ஒருவர் நியமிக்கப்பட்டார். டப்ளின் நகரும் அதைச் சுற்றியுள்ள கிராமப் பகுதிகளும் சேர்ந்து ஹென்றி மன்னரின் விசேஷ இடமாகக் கருதப்பட்டது.

ஹென்றி மன்னர், அந்த நகரத்துக்குள் ஆங்கிலேயர்களை மட்டும் அனுமதித்தார். அந்த நகரையும், அதனுடைய வர்த்தகத்தையும் சீரடையச் செய்வதற்காக அந்த ஆங்கிலேயர்களுக்கு ஊக்கப் பரிசு வழங்கப்பட்டது.

ஹென்றி, அயர்லாந்தை சிறு எஸ்டேட்டுகளாகப் பிரித்தார். அவை, பண்ணைப் பிரபுக்களுக்கு வழங்கப்பட்டன. ஆங்கிலேய

- பிரபுத்துவ முறைப்படி அவர்கள், விவசாயிகளுக்கு நிலத்தைக் குத்தகைக்கு விட அனுமதியளிக்கப்பட்டது. நடை உடை, பேசும் முறை, விசுவாசம் முதலியவற்றில் 'ஆங்கிலேயர்களைப்' போல நடக்க விரும்பிய அயர்லாந்துக்காரர்கள் மட்டும் 'ஆங்கிலேயர்கள்' என அனுமதிக்கப்பட்டனர்.

ஒரு வேலியிடப்பட்ட இடம் முழுவதும் 'பேல்' என்றழைக்கப் பட்டது. இந்தப் பகுதிக்குள் அயர்லாந்துக்காரர்கள் வரக் கூடாது. தப்பித்தவறி வந்துவிட்டால், ஓநாயைப்போல வேட்டையாடப் படுவார்கள்.

இரண்டாம் ஹென்றி மன்னரால் அனுமதியளிக்கப்பட்ட ஆங்கிலேய - நார்மன் பிரபுக்கள், அயர்லாந்தின் பூர்வக் குடி மக்கள் மீது தங்கள் தாக்குதலைத் தொடுக்க ஆரம்பித்தனர். அவர்கள் தங்களுடைய தனிப்பட்ட படைகளை வைத்துக் கொண்டு, அயர்லாந்தின் மத்திய சமவெளிப் பகுதிக்குள் புகுந்தனர். ஆற்றுப் பள்ளத்தாக்குகளைப் பிடித்தனர். இவர்களை எதிர்த்து நிற்க முடியாமல் அயர்லாந்துக்காரர்கள் தங்கள் ஆடு, மாடு, குதிரை, பன்றிகளுடன் மலைப்பகுதிகளையும், அடர்ந்த காடுகளையும், ஒளிவிடங்களையும் தேடி ஓடினர். ஆயுதபாணி களான நார்மன் ஈட்டி வீரர்களையும், அவர்களுடைய குறிபார்த்து எறியும் வில் வீரர்களையும், தரைப்பகுதியில் அயர்லாந்துக் காரர்கள் எதிர்த்து நிற்க முடியவில்லை.

ஆனால், மலைப்பகுதிகளிலும், காட்டுப் பகுதிகளிலும் ஆங்கிலேய நார்மன் ஆயுத வீரர்களின் சாகசம் எடுபடவில்லை. அந்த இடங்கள், அயர்லாந்துக்காரர்களுக்கு நன்கு பழக்கமான இடமாக இருந்ததால், அவர்கள் மறைந்திருந்து எதிர்த்தாக்குதல் தொடுத்தனர். ஆங்கிலேய நார்மன் வீரர்கள் மரணக் குழிகளைச் சந்திக்க வேண்டியிருந்தது. இதனால் அயர்லாந்துக்காரர்களின் தாக்குதல்களை இவர்கள் சமாளிக்க முடியாமல் திணறினர்.

இவ்வாறு, ஆங்கிலேய நார்மன்கள் வெறும் நிலப்பரப்பைப் பெரும் அளவில் பிடித்தபோதும் அவர்களால் பயமின்றி, நிம்மதியாகப் பயிரிட முடியவில்லை. மறைவிடங்களில் வாழ்ந்து வந்த ஐரிஷ்களின் (அயர்லாந்துக்காரர்களின்) திடீர்த் தாக்குதல்களுக்கு அவர்கள் ஈடுகொடுக்க வேண்டியிருந்தது. ஐரிஷ்கள், இரவோடிரவாக வந்து ஆடு, மாடுகளை இழுத்துச் சென்றனர். தானியங்களைக் கொள்ளையடித்தனர். நபர்களிட

மும் கொள்ளையடித்தனர். இவை அனைத்தும் நார்மன் பிரபுக்களுக்குக் கலக்கத்தை ஏற்படுத்தின. அத்துடன், நார்மன் பிரபுக்கள் வைத்திருந்த மற்றொரு திட்டமும் பொய்த்துப் போனது.

இங்கிலாந்திலிருந்து தொடர்ந்து ஏராளமான மக்கள் அயர் லாந்துக்கு வந்து குடியேறுவார்கள் என்று, அந்தப் பிரபுக்கள் கருதி வந்தனர். அதற்காக முயற்சி செய்தும் பார்த்தனர். ஆனால் அது பலிக்கவில்லை. எனவே, வயல் வேலைகளுக்கு ஆள் பஞ்சம் ஏற்பட்டது. இதன்பின் நார்மன் பிரபுக்கள் ஒரு முடிவுக்கு வந்தனர். நிலத்திலிருந்து வருமானம் பெறவேண்டுமானால் அயர்லாந்துக்காரர்களின் அமைப்பான 'செப்ட்டுடன்' சமாதானம் செய்தே தீர வேண்டுமென்று உணர்ந்தனர். விரைவிலேயே அதுவும் நடைபெற்றது. ஐரிஷ்கள், தங்கள் பழைய இடங்களுக்குத் திரும்பிவந்து பழைய வாழ்க்கையை மேற்கொண்டனர். ஆனால் அவர்கள், புதிதாக வந்தவர்களுக்குக் கப்பம் செலுத்த வேண்டியிருந்தது.

நார்மன் பிரபுக்கள் செய்துகொண்ட இந்த உடன்பாடு, ஹென்றி மன்னனின் ராஜப்பிரதிநிதிக்கும், அதேபோன்று இங்கிலாந்திலிருந்து ஆள்களை இறக்குமதி செய்து அயர் லாந்தில் ஆங்கிலேய பிரபுத்துவ முறையில் பண்ணைகளை உருவாக்க முயன்றவர்களுக்கும் பெரும் ஆத்திரத்தை ஏற்படுத் தியது. இதன் விளைவாக, ஆங்கிலேய பிரபுக்களுக்கும், நார்மன் பிரபுக்களுக்குமிடையில் ரத்தக் களரி ஏற்பட்டது. இதைக் கண்டு பயமடைந்த ஆங்கிலேய உள்குத்தகைதாரர்கள் கிராமங்களைவிட்டு நகரங்களை நோக்கி ஓடினர், அல்லது மீண்டும் இங்கிலாந்துக்கே திரும்பிச் சென்றனர். இங்கிலாந்து மன்னர்கள் அயர்லாந்திலிருந்த தங்களுடைய ஏஜெண்டு களுக்கு எப்பொழுதாவதுதான் உதவி செய்ய முடிந்தது; தொடர்ந்து உதவி செய்ய முடியவில்லை.

நார்மன் பிரபுக்கள், - ஐரிஷ் இனக்குழுத் தலைவர்களுடன் (செப்ட் தலைவர்களுடன்) நல்ல உறவை ஏற்படுத்திக் கொள்ளும்பொருட்டு, ஐரிஷ் பெண்களைத் திருமணம் செய்து கொண்டனர். அல்லது தங்கள் புதல்விகளை ஐரிஷ் இனக்குழுத் தலைவர்களுக்கோ அல்லது அவர்கள் மகன்களுக்கோ மண முடித்து வைத்தனர். பிரபுக்களைப் பின்பற்றி மற்ற நார்மன்களும் அவ்வாறே செய்தனர். தலைமுறை மாற மாற, காலப்போக்கில்

நார்மன் வம்சம் என்பதும் தன்மையில் மாறிக்கொண்டே போனது. நார்மன் வீட்டுப் பிள்ளைகள், ஐரிஷ் செவிலித் தாய்களால் வளர்க்கப்பட்டனர். ஐரிஷ் சிறுவர்களுடன் விளையாடினர். ஐரிஷ் மொழியைப் பேச ஆரம்பித்தனர். படிப்படியாக நார்மன்கள், முழு ஐரிஷ்காரர்களாகவே மாறினர். இன்னும் சொல்லப்போனால், 'உண்மையான ஐரிஷ்களைவிட மேம்பட்ட ஐரிஷ்களாக' இந்த நார்மன் வம்சம் மாறிவிட்டது.

3. ஆத்திரத்தில் உருவான சட்டம்

அயர்லாந்து

அயர்லாந்தின் கிராமப்புறத்தில் ஏற்பட்ட இந்த மாற்றத்தை, ஆங்கிலேயர்கள் மட்டுமே வசிக்கத்தக்க 'பேல்' பகுதியும், நகரங்களும் எதிர்த்தன. அதற்குக் காரணம், அவை இங்கிலாந்துடன் லாபகரமான வர்த்தகத்தை நடத்தி வந்தன. இந்த வர்த்தகத்திலும் ஐரிஷ்காரர்கள் படிப் படியாக நுழைந்துவிட்டனர். எனவே, ஆங்கிலேயர்களின் பிடி, படிப்படியாகத் தளர்ந்தது.

அச்சமயத்தில் இங்கிலாந்தில் நாடாளுமன்ற அமைப்பு உருவாக்கப்பட்டு, நாடாளுமன்றம் கூடத் தொடங்கியது. அதைத் தொடர்ந்து அயர்லாந்தில் ஆங்கிலேயர்கள் வசித்து வந்த 'பேல்' பகுதியிலும் போலி நாடாளுமன்றம் உருவாக்கப்பட்டது. இந்த நாடாளுமன்றமும், அதன் உறுப்பினர்களும், புதிதாகத் தோன்றிய 'அயர்லாந்து எதிரிக்கெதிராக' கடுங்கோபம் கொண்டனர். ஆனால் ஐரிஷ்மயமாவதை எதுவும் தடுக்க முடிய வில்லை.

மூன்றாம் எட்வர்ட் மன்னனின் மகனும், ராஜப்பிரதிநிதியாக இருந்தவனுமான கிளாரென்ஸ் பிரபு 1367-ம் ஆண்டில் கில்கென்னி என்ற இடத்தில் நாடாளுமன்றக் கூட்டத்தைக் கூட்டி ஒரு சட்டத்தை இயற்றும்படிச் செய்தான். அந்தச் சட்டத்தின்படி ஆங்கிலேயர்கள், அயர்லாந்துக்காரர்களுடன் திருமண உறவுகள்

வைத்துக்கொள்ளக் கூடாது, தனிப்பட்ட உறவுகள் வைத்துக் கொள்ளக் கூடாது, ஐரிஷ்காரர்களின் பெயர்களை வைத்துக் கொள்ளக் கூடாது. ஐரிஷ்காரர்களைப்போல உடை அணியக் கூடாது. அவர்களைப் போல பழக்கவழக்கங்களை வைத்துக் கொள்ளக் கூடாது. இவற்றை மீறினால் அது ராஜத்துரோகக் குற்றமாகக் கருதப்படும்; அனைத்து நிலமும், குடியிருப்புகளும் பறிமுதல் செய்யப்படும்.

மேலும், அயர்லாந்து குத்தகை வழக்கப்படி, ஐரிஷ் குத்தகை தாரர்களுக்கு நிலமளிக்கக் கூடாது; அல்லது மன்னர் அளித்த எஸ்டேட்களில் 'செப்ட்கள்' ஆடு மாடுகளை மேய்க்கக் கூடாது. இதை மீறினால் அனைத்தும் பறிமுதல் செய்யப்படும். ஐரிஷ் பாடல்களைப் பாடக் கூடாது. ஐரிஷ்காரர்களை ஆதரிப்பதோ அல்லது உற்சாகப்படுத்துவதோ பெரும் அபராதத்துக்குரிய குற்றமாகும். கிறிஸ்துவ மடாலயங்களில் ஐரிஷ் பாதிரியார் களைச் சேர்க்கக் கூடாது.

இத்தகைய உத்தரவுகள், அந்தச் சட்டத்தில் இடம் பெற்றிருந்தன. ஆனால் இந்தச் சட்டத்தின் எந்த விதியையும் ராஜப் பிரதிநிதியால் அமல்படுத்த முடியவில்லை. இந்தச் சட்டப்படி மன்னனுடைய பிரதிநிதியின் உத்தரவில்லாமல் அயர்லாந்துக்காரர்களுடன் யுத்தம் செய்வதோ சமாதானம் செய்வதோ கூடாது.

இந்தச் சட்டம் இயற்றப்பட்டு 20 ஆண்டுகளுக்குள்ளேயே அதற்கு ஒரு முடிவும் ஏற்பட்டது. இரண்டாம் ரிச்சர்ட் என்ற இங்கிலாந்து மன்னன், அயர்லாந்தை அடிபணிய வைக்க வேண்டுமென்பதற்காகப் படையெடுத்து வந்தான். ஆனால் அவன் படுதோல்வியடைந்து இங்கிலாந்துக்குத் திரும்பினான்.

அதன்பின், இங்கிலாந்தில் பல ஆட்சிப் பரம்பரை மாற்றங்கள் ஏற்பட்டன. இங்கிலாந்து நாட்டுக்கும், பிரான்ஸ் நாட்டுக்கும் நடந்த யுத்தம், யார்க் பிரபு குடும்பத்துக்கும், லங்காஸ்டர் பிரபு குடும்பத்துக்குமிடையே ஆட்சியைப் பிடிப்பதற்காக நடை பெற்ற 'ரோஜாக்களின் யுத்தம்' என்றழைக்கப்பட்ட உள்நாட்டு யுத்தம் போன்றவை காரணமாக, இங்கிலாந்தின் அரசர்கள் 1484-ம் ஆண்டுவரை அயர்லாந்து நாட்டின் பக்கம் திரும்பவில்லை.

1485-ம் ஆண்டில் ட்யூடர் என்ற பரம்பரையைச் சேர்ந்த ஏழாம் ஹென்றி என்பவன் இங்கிலாந்தின் மன்னன் ஆனான். இவனது

காலகட்டம் இங்கிலாந்து வரலாற்றில் குறிப்பிடத்தக்கது. இங்கிலாந்தின் பிரபுத்துவ சமுதாயம் அதன் இறுதிக்கட்டத்தை நோக்கிப் போனது அப்போதுதான். அராஜகமானதாக இருந்த பழைய பிரபுத்துவ சமுதாய அமைப்பு மாறி, முடி மன்னனின் ஆதிக்கம் என்ற நிலையை எட்டிய காலமாகும் இது. முதலாளித்துவ வர்க்கம் வளர்ந்து வந்த நேரம். அந்த வர்க்கத் தினர் தங்களுடைய பொருள் உற்பத்திமுறை வளர்ச்சியடைய மிகுந்த சுதந்தரம் கிடைத்ததைக் கண்டு மகிழ்ச்சி அடைந்தனர்.

முதலாளித்துவ வர்க்கத்தினரின் செல்வமும் மன்னனுக்கு உதவியது. அத்துடன், அவர்களுடைய தொழில் நுட்பமும் அவனுக்குப் பயன்பட்டது. பீரங்கிகளைக்கொண்டு வெடி மருந்துகளைப் பயன்படுத்தும் முறையை முதலாளித்துவ வர்க்கம் கண்டுபிடித்தது. அது, ஹென்றி மன்னனுக்கு மிகவும் தேவையாக இருந்தது. அத்துடன், புதிய வெடிமருந்து ஆயுதங் களை உபயோகிக்கும் திறன்பெற்ற ஐரோப்பியக் கண்டத்து கூலிப்படையினரும் ஹென்றி மன்னனுக்குக் கிடைத்தனர்.

4. ட்யூடர் வெற்றி

அயர்லாந்து

ஆங்கிலேயர்கள், அயர்லாந்தை நேரடி யாக ஆள முடியாத நிலையில் தங்க ளுடைய நம்பகமான ஆள்களை வைத்து தான் ஆட்சி புரிய வேண்டியிருந்தது. வெள்ளையர் மட்டுமே வசிக்கத்தக்க 'பேல்' என்ற இடம்தான், அயர்லாந்தில் அவர்களுடைய அடித்தளமாக இருந்தது. இங்கிலாந்து மன்னனின் நேரடி கட்டுப் பாட்டில் இருந்த அது, ஸ்தல பிரபுக்கள் கூட்டத்தைத் தன் கட்டுப்பாட்டில் வைத்திருந்தது. இவர்களும் ஆங்கிலேய வம்சாவளியினரே. மையநாடு என்று இவர்கள் அழைக்கப் பட்டனர். இந்த ஸ்தல பிரபுக்கள் கூட்டம், அயர்லாந்தின் 'செப்ட்' இனக்குழுத் தலைவர்களைத் தன் பிடியில் வைத்திருந்தது. அந்த இனக்குழு தலைவர்கள், ஐரிஷ் மக்களைத் தங்கள் கட்டுப்பாட்டின் கீழ் வைத்திருந்தனர்.

ஆனால் காலப்போக்கில், இந்த முறையில் மாற்றம் ஏற்பட்டது. ஸ்தல பிரபுக்கள், அயர்லாந்து இனக்குழு தலைவர்களுடன் நெருக்கமாக உறவுகொண்டனர். படிப்படியாகப் பலம் வாய்ந்தவர்களானார்கள். அயர்லாந்துக்காரர்களைப் போலவே விளங்க ஆரம்பித்தனர். இவர்கள் பலம் பெற்றதன் விளைவாக 'பேல் அமைப்பு' இந்த ஸ்தல ஆங்கிலேய பிரபுக்களை கட்டுப்படுத்த முடியாமல் போனது. இங்கிலாந்து மன்னர்கள் தொடர்ந்து அங்கிருந்து ஆள்களை அனுப்ப முடியாமல் போன

26

தால், 'பேல்' என்பதும் சுருங்க ஆரம்பித்தது. 'பேல்' தங்களிட மிருந்து கைப்பற்றிய நிலங்களை, இனக்குழு தலைவர்கள் மீண்டும் பிடித்தனர்.

அதேசமயத்தில் கெய்ல் சமூகம் என்றழைக்கப்படும் அயர்லாந்து சமூகத்தில் நார்மன் மன்னர்கள் உருவாக்கிய கொள்கைகள் அங்கே பிரபுத்துவ முறையிலான சமூக அமைப்பை உருவாக்கு வதில் வெற்றி பெற்றது.

முன்பு 'செப்ட்' களால் தேர்ந்தெடுக்கப்பட்டு வந்த இனக்குழுத் தலைவர்கள், தற்போது பரம்பரைத் தலைவர்களாயினர். இது, சம்பந்தப்பட்ட இனக்குழு மீது அதன் தலைவருடைய ஆதிக்கம் வலுப்பெறுவதில் முடிந்தது.

இவ்வாறு, ஆங்கிலேய ஸ்தல பிரபுக்கள் ஐரிஷ்மயமாகி வந்த நேரத்தில், ஐரிஷ் இனக்குழுவென்பது பிரபுத்துவ முறை யிலான அமைப்பாக மாறியது. இந்நிலையில் பிரபுத்துவ சமூக அமைப்பைக் கொண்டிருந்த அந்த நாட்டை, பேல் பகுதியையும் சேர்த்து 'ஓர் ஒன்றுபட்ட அயர்லாந்து நாடு' என்ற முறையில் ஒன்றிணைப்பதற்கான வாய்ப்பு தோன்றியது. அது, இங்கிலாந்தின் ஆதிக்கத்திலிருந்து விடுதலை பெற்றிருக்கக் கூடும்.

ஆனால், இரண்டு விஷயங்கள் அதற்கு இடையூறாக இருந்தன. ஸ்தல பிரபுக்களும், பிரபுத்துவ முறையிலான இனக்குழுத் தலைவர்களும் தங்களுடைய குடும்ப ஆதிக்கத்துக்காக ஒருவருடன் ஒருவர் மோதிக் கொண்டனர். அது தவிர, 'பேல்' பகுதியும், கெய்ல் மொழி பேசப்படும் பகுதியிலிருந்த வர்த்தக நகரங்கள் இங்கிலாந்துடன் தகராறு செய்வதைவிட, அதனுடன் உறவு வைத்துக்கொள்ளவே விரும்பின. அதேபோல், அயர்லாந்திலிருந்த ஆங்கிலேய வம்சாவளி ஸ்தல பிரபுக்கள், இங்கிலாந்திலும் எஸ்டேட்டுகளை வைத்திருந்தனர். புதிய மன்னராட்சி அங்கே புகுத்திய மாற்றங்களின்படி, பலனடைந்த வர்கள் இவர்கள். எனவே, இங்கிலாந்தின் பிடியிலிருந்து விலகிச்செல்ல வாய்ப்பிருந்த போதிலும், இந்தக் காரணங்களால் விலகிச்செல்ல விரும்பவில்லை. இது, அயர்லாந்தின் மீது இங்கிலாந்தின் ஆதிக்கம் தொடர வழிவகுத்தது. 'பேல்' பகுதி நீங்கலாக அயர்லாந்தின் மற்றப் பகுதிகளில் நடக்கும் விற்பனைச் சந்தைகளுக்கு வரும் ஆங்கிலேய வர்த்தகர்களும், மற்ற

நாடுகளைச் சேர்ந்த வர்த்தகர்களும் 'பேல்' பகுதியில் உள்ள சந்தைகளைப் புறக்கணித்தனர். மத்திய தரைக்கடல் நாடு களிலிருந்து பால்டிக் நாடுகளுக்குச் செல்லும் கப்பல் போக்கு வரத்தில் அயர்லாந்துக்கு ஒரு பெரும் பங்கிருந்தது.

நார்மன் மன்னர்கள் முதன் முதலில் படையெடுத்து வந்தபோது பின்னுக்குத் தள்ளப்பட்ட அயர்லாந்தின் கலாசார முன்னேற்றம், அந்நாட்டின் பொருளாதார முன்னேற்றத்தைத் தொடர்ந்து மீட்சி கண்டது.

இந்தப் பின்னணியில் கில்டேர் ஜெரால்டைன் என்ற பிரபல பிரபுக் குடும்பத்தின் மூலமாக, அயர்லாந்தை ஆள்வதைத் தவிர இங்கிலாந்து மன்னனுக்கு வேறு வழியில்லாது போய்விட்டது. கில்டேர் பிரபு, அவருடைய மகன், பேரன் ஆகியோருடைய ஆட்சிதான் கி.பி.1468 முதல் 1533 வரை நடைபெற்றது. இடையில் சில சமயங்களில் மட்டும் இதில் குறுக்கீடு ஏற்பட்டிருந்தது. இந்த ஜெரால்டைன் பிரபு வம்சம், கிட்டத் தட்ட முடிமன்னர்களைப் போன்றே (அர்த்ரீ) ஆட்சி செலுத்தி வந்தது. 'பேல்' என்ற பகுதிதான் மேலாதிக்கம் உள்ளதாக இருக்கவேண்டுமென்ற நார்மன் மன்னர்களின் கொள்கையை இது உடைத்தெறிந்தது.

மேலும், இந்த ஜெரால்டைன் பிரபுக்கள் 'பேல்' பகுதியினர் மீதும் தங்கள் ஆதிக்கத்தைச் செலுத்தினர். அதேசமயத்தில் ஓ'நெய்ல், ஓ'கொன்னர் போன்ற ஐரிஷ் குடும்பங்களுடன் திருமண உறவுகள் செய்துகொண்டனர். இவ்வாறு, 'மையநாடு' என்று அழைக்கப்பட்ட இங்கிலாந்து வம்சாவளிப் பகுதியினரையும், ஐரிஷ் என்றழைக்கப்பட்ட அயர்லாந்து மக்களையும் ஒன்றிணைத் தனர். இதன் மூலம் ஜெரால்டைன் பிரபுக்கள் காலத்தில், அயர்லாந்து முழுவதும் முதல் முறையாக ஒன்றிணைக்கப்பட்டது.

இந்த ஜெரால்டைன் குடும்பத்தினர் இங்கிலாந்தின் 'யார்க்' என்ற பகுதியிலிருந்த பெரிய பிரபுக்கள் குடும்பத்தினருடனும் நெருக்க மான உறவுகள் கொண்டிருந்தனர். இவர்கள் 'ரோஜாக்களின் யுத்தம்' என்றழைக்கப்பட்ட இங்கிலாந்தின் உள்நாட்டு யுத்தத்தில், யார்க் குடும்பத்தினருக்குப் படை அனுப்பி உதவி புரிந்தனர். இந்த ஜெரால்டைன் குடும்பத்தின் வலிமை பெருகி அயர்லாந்து முழுவதையும் ஒரே நாடாகத் தங்களுடைய பிடியின் கீழ் கொண்டுவர அவர்கள் செய்த முயற்சியே; அவர்களுக்

கெதிரான ஆயுதமாக மாறியது. அயர்லாந்திலேயே அவர்களுக் கெதிராகப் பெரும் விரோதமும் உருவெடுத்தது.

இந்தப் பின்னணியில்தான் ஏழாவது ஹென்றி மன்னன், இங்கிலாந்தில் ஆட்சி பீடமேறினான். அவன், அயர்லாந்து முழுவதையும் தன் நேரடி ஆதிக்கத்தில் கொண்டு வரவும், ஜெரால்டைன் ஆதிக்கத்தை ஒழித்துக் கட்டவுமான வாய்ப்பை எதிர்நோக்கியிருந்தான். அது, மிக விரைவிலேயே நடை பெற்றது.

கி.பி.1537-ம் ஆண்டில் எட்டாம் ஹென்றி மன்னன், ஜெரால் டைன் குடும்பத்தின் தலைவனான கார்ரெட் ஓக் என்பவரை, இங்கிலாந்துக்கு வரும்படி அழைத்தான். கார்ரெட், தன் மகன் சில்கென் தாமஸ் என்பவரைத் தன்னுடைய பிரதிநிதியாக நியமித்துக்கொள்ளலாமென்றும் சொல்லியனுப்பினான். ஹென்றி மன்னனின் வார்த்தைகளை நம்பிய கார்ரெட், தன் மகன் சில்கென் தாமஸைப் பதவியிலமர்த்திவிட்டு இங்கிலாந்துக்குச் சென்றார்.

கார்ரெட், லண்டனுக்குள் நுழைந்ததும், ஹென்றி மன்னனால் கைது செய்யப்பட்டு கோட்டையில் காவலில் வைக்கப்பட்டார். ஹென்றி மன்னன், அயர்லாந்திலிருந்த சில்கென் தாமஸுக்கு ஒரு பொய்யான தகவல் அனுப்பினான். அவனுடைய தந்தை கார்ரெட் தூக்கில் போடப்பட்டார் என்ற ஒரு செய்தியை சில்கென் தாமஸுக்குத் தெரிவிக்கும்படிச் செய்தான்.

இதைக் கேட்டு சில்கென் தாமஸ் கொதித்தெழுந்தார். இங்கிலாந்து மன்னனுக்கு விசுவாசம் செலுத்த முடியாதென்று கூறி ஒரு யுத்தத்துக்குத் தயாராகும்படி தன் ஆதரவாளர்களுக்கு அறைகூவல் விடுத்தார்.

இத்தகையதொரு நிலைமை உருவாக வேண்டுமென்று எதிர் பார்த்துக் கொண்டிருந்த ஹென்றி மன்னன், பீரங்கிகளோடு கூடிய தன்னுடைய தரைப்படையை அயர்லாந்துக்கு அனுப்பினான். ஹென்றி மன்னனோடு போரிடத் தயாரான சில்கென் தாமஸ் குடும்பத்துக்கு உள்நாட்டில் விரோதம் அதிகமாக இருந்ததால், அவனுக்கு உதவ யாரும் முன்வர வில்லை. ஜெர்மானிய, இத்தாலிய கூலி சிப்பாய்கள் நிறைந் திருந்ததும், சக்திவாய்ந்த பீரங்கிகளை வைத்திருந்ததுமான

இங்கிலாந்தின் ராணுவம், சில்கென் தாமஸின் கோட்டை, கொத்தளங்களைத் தகர்த்தெறிந்தது. அவருடைய ராணுவ முகாம் சிதறுண்டு போனது. வேறுவழியின்றி சில்கென் தாமஸ் சரணடைந்தார். அவரும், அவருடைய ஐந்து சிற்றப்பன் மார்களும் ஒரே தூக்கு மரத்தில் தூக்கிலிடப்பட்டனர். ஜெரால்டைன் குடும்பம் முழுவதையும் ஆங்கிலேயப் படை அழித்தது. ஒரே ஒரு சின்னஞ்சிறு குழந்தை மட்டுமே இந்தத் தாக்குதலில் உயிர்த் தப்பியது.

இவ்வாறு, 1537-ம் ஆண்டில் பேல், மையநாடு, ஐரிஷ் பகுதிகள் ஆகிய மூன்று பகுதிகளும் உருமாறி 'அதிகாரபூர்வ அயர்லாந்து' என்பதாக உருப்பெற்றது. ஆங்கில வம்சாவளி பிரபுக்கள், ஐரிஷ் பிரபுக்களான இனக்குழுத் தலைவர்கள் ஆகியோர் ஹென்றி மன்னனின் தயவில் வாழவேண்டிய நிலை உருவானது.

5. கத்தோலிக்க மதம் உடைகிறது

அயர்லாந்து

16-வது நூற்றாண்டின் தொடக்கத்தில், அதாவது 1517-ம் ஆண்டு பிரபுத்துவத்துக் கெதிராகவும், அதனுடைய பிரதான ஆதரவு தளமான ரோமன் கத்தோலிக்கத் திருச்சபைக்கெதிராகவும் சமூக - அரசியல் இயக்கம் ஒன்று ஐரோப்பாவில் தோன்றியது. இது சீர்திருத்தவாதம் (Reformism) என்றழைக்கப்பட்டது.

இதை, ஐரோப்பிய முதலாளித்துவப் புரட்சியின் முதல் நடவடிக்கை என்று மார்க்சீய அறிஞர் ஃபிரடெரிக் ஏங்கல்ஸ் வர்ணித்தார். இந்தச் சீர்திருத்தவாதத்திலிருந்து கிறிஸ்துவ மதத்தின் ஒரு புதிய வகைப்பட்ட வடிவம் தோன்றியது. அது (Protestand) புரொட்டஸ்டாண்ட் கொள்கை (எதிர்ப்புத் தெரிவிக்கும் கொள்கை) என்ற பெயரினைப் பெற்றது. இதன் மூலகர்த்தா மார்டின் லூதர்.

ஐரோப்பாவில் வளர்ந்துவந்த இளம் முதலாளித்துவ வர்க்கத்துக்கு விஞ்ஞானத்தின் வளர்ச்சியும் பல்வேறு புதிய கண்டுபிடிப்புகளும் பெரிதும் தேவைப்பட்டன. ஆனால், பல ஐரோப்பிய நாடுகளில் ஆளும் மதமாக இருந்ததும், போப்பாண்டவரின் தலைமையின் கீழ் இருந்து வந்ததுமான கத்தோலிக்க மதம், இந்தப் புதிய விஞ்ஞான கண்டுபிடிப்புகளுக்குப் பெரும் எதிரியாக இருந்தது. வானவியல், பௌதீகம்,

கணிதம், ரசாயன இயல், நிலவியல் போன்ற பல்வேறு துறைகளில் புதிய கண்டுபிடிப்புகளைச் செய்த விஞ்ஞானிகள், கத்தோலிக்கத் திருச்சபையினால் கடும் தண்டனைக்கு உள்ளாக்கப்பட்டு வந்தனர். புதிய விஞ்ஞான கண்டுபிடிப்புகள் அனைத்தும் கத்தோலிக்க மதத்துக்கு விரோதமானது எனப் பிரகடனம் செய்யப்பட்டது. பல விஞ்ஞானிகள், உயிருடன் எரித்துக் கொலை செய்யப்பட்டனர். உலகம் உருண்டை என்ற உண்மையைக் கூறியதற்காக, கலிலியோ என்ற மாபெரும் விஞ்ஞானிக்கு மரண தண்டனை விதிக்கப்பட்டது. உயிர் தப்புவதற்காக, தான் கூறியவற்றை தானே மறுக்கும்படி அவர் நிர்ப்பந்திக்கப்பட்டார்.

கத்தோலிக்கத் திருச்சபையின் பல மோசடி வேலைகளை மார்டின் லூதர் அம்பலப்படுத்தினார். கத்தோலிக்கர்கள், அவர்களது திருச்சபையினால் விற்கப்பட்ட 'பாவச் சீட்டுகளை' பணம் கொடுத்து வாங்கிக் கொண்டால், அவர்களுக்கு நரகம் கிடையாது போன்ற ஏமாற்று வேலைகளைச் செய்துவந்த கத்தோலிக்கத் திருச்சபையை, மார்டின் லூதர் தோலுரித்துக் காட்டினார்.

இதைத் தொடர்ந்து சீர்திருத்த இயக்கம் ஐரோப்பாவில் வெகு வேகமாகப் பரவியது. ரோமன் கத்தோலிக்கத் திருச்சபையுடன் உறவுகளைத் துண்டித்துக்கொள்வதென்று பல்வேறு நாடுகள் முடிவு செய்தன. ஜெர்மனி, சுவிட்சர்லாந்து போன்ற நாடுகளில் உள்நாட்டு யுத்த சமயங்களிலும், நெதர்லாந்து, ஸ்வீடன் போன்ற நாடுகளில் தேசிய விடுதலைப் போராட்ட சமயங்களிலும், இங்கிலாந்து, டென்மார்க் போன்ற நாடுகளில் பொதுவாக அமைதியான சூழ்நிலையிலும், கத்தோலிக்கத் திருச்சபைக் கெதிரான கருத்து வலுப்பெற்று 'புரொட்டஸ்டாண்ட்' மதம் உருவெடுத்தது.

கத்தோலிக்கத் திருச்சபை அன்றிருந்த பிரபுத்துவ அமைப்பின் காவலனாகி நின்றது. எனவே, வளர்ந்து வந்த முதலாளித்துவ வர்க்கத்தினருக்கு அதை எதிர்க்க வேண்டிய கட்டாயத் தேவை ஏற்பட்டது. ஆனால் அந்த வர்க்கத்தினர் கத்தோலிக்கத் திருச் சபையை ஒழித்துக்கட்ட விரும்பவில்லை. அதைச் சீர்திருத்தவே விரும்பினர். அதாவது, தங்களுடைய சொந்த வர்க்க நலனுக்கு ஏற்றாற்போல 'கத்தோலிக்கத் திருச்சபையை' சீர்திருத்தவும்,

32

மாற்றியமைத்துக் கொள்ளவும் முயன்றனர். புரொட்டஸ்டாண்டு கள் புதிய கோட்பாடுகளை வலியுறுத்தினர்.

1. இயேசுக் கிறிஸ்துவிடம் நேரிடையாக நம்பிக்கை வைப்பதன் மூலம் முக்தி பெறுவது.

2. கிறிஸ்துவ மதத்தில் நம்பிக்கை வைப்பவர்கள் எவரும் பாதிரியார்களாக ஆகலாம். பைபிள் மூலம் மட்டுமே உண்மையைக் கண்டறிவது. ஞானஸ்நானம் பெற்ற ஒவ்வொரு கிறிஸ்துவரும், கிறிஸ்துவ திருச்சபையோ, மத குருமார்களோ இன்றி நேரிடையாகவே பிரச்சாரம் செய்யலாம். மத வழிபாடு நடத்தலாம். புரொட்டஸ்டாண்ட் ஆலயங்களில் பாவங்களைக் கேட்பதில்லை. பாவ மன்னிப்பும் தருவதில்லை. அங்கே, மத குருக்கள் சபைக்கு பதில் சொல்ல கடமைப்பட்டவர்கள்.

கத்தோலிக்கத் திருச்சபைக்கெதிராக உருவான இந்த புரொட்டஸ்டாண்ட் கருத்தோட்டம், ஐரோப்பாவின் பல நாடுகளில், அங்கிருந்த ஆட்சியாளர்களுக்கு ஏற்புடையதாக இருந்தது.

இங்கிலாந்தை ஆண்டு வந்த எட்டாம் ஹென்றி மன்னன், புரொட்டஸ்டாண்டினரை ஆதரித்தவன். போப்பாண்டவருடன் உறவைத் துண்டித்துக் கொண்ட அந்த மன்னன், கத்தோலிக்கத் திருச்சபைக்கும், மடாலயங்களுக்கும் சொந்தமாக இருந்த வளம் மிக்க நிலமனைத்தையும் கைப்பற்றினான்.

நாட்டின் அரசன், புரொட்டஸ்டாண்டாக மாறியதால், இங்கிலாந்து நாடும் புரொட்டஸ்டாண்ட் நாடாக மாறியது. ஆனால் அந்த நாட்டின் ஆளுகையிலிருந்த அயர்லாந்து மக்கள், கத்தோலிக்க மதத்தையே ஆதரித்தனர். புரொட்டஸ்டாண்ட் மதத்தை ஏற்க மறுத்தனர். இதன் காரணமாக இங்கிலாந்து ஆட்சியாளர்களின் கோபத்துக்கும் அவர்கள் ஆளாயினர். காலனி ஆதிக்க முறை இப்போது மதப்பிரச்னையாகவும் உருவெடுத்தது. புரொட்டஸ்டாண்ட் - கத்தோலிக்க மதப் போராட்டமாகவும் அது சித்திரிக்கப்படத் தொடங்கியது.

எட்டாம் ஹென்றி மன்னன் மதம் மாறியதற்கு மற்றொரு தனிப்பட்ட காரணமும் கூறப்படுகிறது. கத்தோலிக்கப் பிரிவைச் சேர்ந்த அந்த மன்னன், தன்னுடைய மனைவியை விவாகரத்து

செய்துவிட்டு, மற்றொரு பெண்ணைத் திருமணம் செய்து கொள்ள விரும்பி அதற்கு போப்பாண்டவரின் சம்மதத்தைக் கோரினானாம். ஆனால் கத்தோலிக்க மதத்தில் விவாகரத்து உரிமை கிடையாது என்பதால், போப்பாண்டவர் அனுமதி தர மறுத்துவிட்டதாகவும், அதனால் கோபமடைந்த எட்டாம் ஹென்றி, புரொட்டஸ்டாண்ட் மதத்துக்கு மாறியதாகவும் வரலாற்றாசிரியர்கள் கூறுகிறார்கள்.

6. விவசாயிகளைத் தின்ற ஆடுகள்

அயர்லாந்து

ஜெரால்டைன் வம்சத்து மன்னர்கள் ஒழித்துக்கட்டப்பட்ட பின், அயர்லாந்து இனக்குழு தலைவர்கள் குறித்த தங்கள் அணுகுமுறையில், ஆங்கிலேயர்கள் சில மாற்றங்களை ஏற்படுத்தினர். ஆங்கிலேய முறையை ஏற்றுக்கொண்டு செயல்படும் எந்தவொரு இனக்குழு தலைவருக்கும், பதவி, பட்டம் மற்றும் உதவித்தொகை வழங்கப்போவதாக ஆசை காண்பித்தனர். இதை ஏற்றுக்கொண்ட இனக்குழு தலைவர் அவருடைய இனக்குழு வசித்து வந்த பகுதி முழுவதற்கும் சட்டபூர்வ உரிமையாளராக ஆக்கப் பட்டார். இதை ஏற்றுக்கொண்ட அவருடைய இனக்குழுவினர், அந்தத் தலைவருடைய குத்தகைதாரர்களாக ஆக்கப்பட்டனர்.

இனக்குழு தலைவர், இந்தப் பட்டத்தை ஏற்றுக்கொண்டபின், ஆங்கிலேய பிரபுத்துவ முறைகளைப் பின்பற்றவில்லை யென்றால் அவர் 'துரோகி' என்று குற்றஞ்சாட்டப்பட்டார். அவருக்கு அளிக்கப்பட்ட நிலங்கள் பறிமுதல் செய்யப்பட்டன. அந்த நிலத்தைப் பயன்படுத்தி வந்த இனக்குழுவினர் மீது ஆங்கிலேய பிரபுத்துவ முறைகள் பலவந்தமாகத் திணிக்கப் பட்டன. இனக்குழுவினர் புதிய இனக்குழு தலைவர்களோடு சேர்ந்துகொண்டோ அல்லது எதிர்த்தோ குமுறியெழுந்தால், அவர்களை ஒடுக்குவதற்கு ஆங்கிலேயர்களின் ஆயுதப் படைகள் அனுப்பப்பட்டன.

இந்த முறைப்போக்குகள் மூலம் ஆங்கிலேயர்கள் ஒரு நோக்கத்தை நிறைவேற்றிக்கொண்டார்கள். அதாவது, ஆங்கிலேய வம்சாவளியைச் சேர்ந்த ஒவ்வொரு பிரபுவும், இங்கிலாந்தில் இருக்கும் நிலப்பசி கொண்ட குத்தகை வசூலிக்கும் பிரபுவைப்போலச் செயல்பட வேண்டும்; அல்லது துரோகி என்று அறிவிக்கப்பட்டு தூக்கிலிடப்பட வேண்டும் அல்லது அயர்லாந்தைவிட்டு ஓடிவிட வேண்டும்; அல்லது தனிப்பட்ட கொலையாளிகளைக் கொண்ட கும்பலினால் கொலை செய்யப்பட வேண்டும்.

இந்தப் போக்கு, 1533-ம் ஆண்டிலிருந்து அதற்கு அடுத்த நூற்றாண்டு வரை நீடித்தது. ஏராளமான எழுச்சிகள் வெடித்துக் கொண்டே இருந்தன. இவற்றில் அயர்லாந்து பிரபுக்களும், விவசாயிகளும் முழு மூச்சுடன் குதித்தனர். அவர்களை ஒடுக்குவதற்கு ஆங்கிலேயப் படைகள் அனுப்பப்பட்டன. ரத்தம் பெருக்கெடுத்தோடியது. எலிசபெத் மகாராணி, இங்கிலாந்தை ஆண்ட காலத்தில் இந்த ஸ்தல எழுச்சிகள் ஒரு பொது எழுச்சியாக மாறுமளவுக்குக்கூட சென்றன.

1579-ம் ஆண்டில் இங்கிலாந்து நாட்டுக்கும், ஸ்பெயின் நாட்டுக்குமிடையே மதச் சண்டை மூண்டபோது, ஆங்கிலேயர்களை எதிர்த்துவந்த அயர்லாந்து பிரபுக்கள், தங்களுக்கு உதவி செய்யக் கோரி ஸ்பெயின் நாட்டுக்கும், கத்தோலிக்க மதத்தின் உயர்தலைவரான போப் ஆண்டவருக்கும் வேண்டுகோள் விடுத்தனர். அவர், சிறு சிறு படைகளை அனுப்பி வைத்தார். ஆனால் ஆங்கிலேயத்தளபதிகள் அந்தப் படைகளை நிர்மூலம் செய்தனர்.

அயர்லாந்து கிளர்ச்சிக்காரர்களை அடிபணியச் செய்வதற்காக ஆங்கிலேயர்கள், பெரும் அட்டூழியங்களில் ஈடுபட்டார்கள். அவர்களுடைய ஆடு மாடுகளை இழுத்துச் சென்றனர். அவர்கள் விளைவிக்கும் பயிர்களைத் திட்டமிட்டு நாசம் செய்தனர். கிளர்ச்சியாளர்களை காடுகளுக்குள் விரட்டியடித்தனர். இவை அனைத்தின் விளைவாக அயர்லாந்து, கொடிய பஞ்சத்தில் சிக்கியது. மக்கள் நடைப்பிணங்களாக வாழ்ந்தனர்.

கைப்பற்றப்பட்ட நிலங்கள் திருத்தி அமைக்கப்பட்டன. எஸ்டேட்டுகளாக மாற்றப்பட்டன. அவற்றில் ஆட்டுப் பண்ணைகள் வைப்பதற்கான ஏற்பாடுகளை ஆங்கிலேயர்கள்

செய்தார்கள். ஏனென்றால் இங்கிலாந்தில் வளர்ச்சி அடைந்து வந்த கம்பளித் தொழிலுக்கு மிகப் பெருமளவில் ஆட்டு உரோமம் தேவைப்பட்டது. ஆடு வளர்ப்பது லாபகரமானதாக இருந்ததால், பயிரிடும் நிலங்கள் அனைத்தையும், ஆங்கிலேயர் கள், ஆடுகளுக்கான மேய்ச்சல் நிலமாக மாற்றினர். அத்துடன், இங்கிலாந்தில் வேலையில்லாமல் சுற்றிக்கொண்டிருந்த வேலையற்றோர் பட்டாளத்தையும், குத்தகையாளர் எனப் பெயரிட்டு அயர்லாந்தில் குடியமர்த்துவதற்கு ஒரு வாய்ப் பாகவும் கருதப்பட்டது. இவ்வாறு குடியமர்த்தப்படுபவர்கள் இங்கிலாந்து மன்னனுக்கு விசுவாசமாக இருப்பார்கள் என்பதையும் கருத்தில் கொண்டு ஆங்கிலேயர்கள் செயல் பட்டனர். இவை அனைத்தும் சேர்ந்து அயர்லாந்து மக்களை விவரிக்க இயலாத துயரத்தில் ஆழ்த்தின.

இந்தச் சீர்திருத்தப்பட்ட கிராமங்கள், ராணியின் கிராமங்கள் என்றும், ராஜாவின் கிராமங்கள் என்றும் பிரிக்கப்பட்டன. ஏலத்தில் விடப்பட்ட எஸ்டேட்டுகளை வாங்குவதற்கு பலர் முன் வந்தனர். ஆனால், அந்த நிலங்களில் இங்கிலாந்துக் காரர்களை குடியேற்றவேண்டுமென்று கூறப்பட்டபோது இங்கிலாந்துக்காரர்கள் தங்கள் உயிரைப் பணயம் வைக்கவும், பணத்தை அயர்லாந்துப் பண்ணைகளில் முதலீடு செய்யவும் தயங்கினார்கள். இந்தப் பயத்தின் காரணமாக இறுதியில் பூர்வீக அயர்லாந்துக்காரர்களே குத்தகைதாரர்களாக ஏற்றுக்கொள்ளப் பட்டு, அந்த நிலங்களுக்குத் திரும்பி வருவதற்கு அனுமதிக்கப் பட்டனர். இவ்வாறு, அயர்லாந்துக்காரர்கள் பண்டைக்காலம் முதல் தங்களுக்கு உரிமையாக இருந்த நிலத்தில் உரிமை இழந்து ஆங்கிலேயர்களுக்கு அடிபணியும் குத்தகைதாரர்களாக மாற வேண்டியிருந்தது.

'ஓ' ரெய்ல், 'ஓ' டொன்னல் போன்ற பிரபுக்களுக்கும், அவர்க ளுடைய ஆதரவாளர்களுக்கும் சொந்தமாகயிருந்த 2 லட்சம் ஏக்கர் பயிரிடும் நிலம் கைப்பற்றப்பட்டு, அவை 2 ஆயிரம் ஏக்கர், 1500 ஏக்கர், 1000 ஏக்கர் என்று மூன்று பிரிவுகளாகப் பிரிக்கப்பட்டன. 2000 ஆயிரம் பகுதி ஆங்கிலேயர் அல்லது ஸ்காட் இனத்தைச் சேர்ந்த சாதாரண குடியேற்றக்காரருக்கு அளிக்கப்பட்டது. இவர்கள், அயர்லாந்துக்காரர்களை குத்தகைக்கு வைத்துக் கொள்ளக் கூடாது. அயர்லாந்து அரசாங்கப் பதவிகளில் இருந்தவர்களுக்கு 1,500 ஏக்கர் நிலம் தரப்பட்டது. இவர்கள்

விரும்பினால் தங்களுடைய நிலத்தின் ஒரு பகுதியை அயர்லாந்துக்காரர்களுக்குக் குத்தகைக்கு கொடுக்கலாம். ஆனால், அவர்கள் அவ்வாறு செய்தால், இங்கிலாந்து மன்னருக்கு அவர்கள் தர வேண்டிய குத்தகை அதிகரிக்கப்படும். அயர்லாந்தைச் சேர்ந்தவர்களுக்கு 1000 ஏக்கர் நிலம் தரப்பட்டது. இவர்கள், தங்கள் நாட்டுக்காரர்களைத் தவிர வேறு எவரையும் குத்தகைதாரர்களாக வைத்துக்கொள்ளக் கூடாது. சொல்லப் போனால், அயர்லாந்துக்காரர்களுக்குச் சிறு எஸ்டேட்கள்தாம் குத்தகைக்குக் கொடுக்கப்பட்டன என்பதுடன் அவர்கள், முதல் இரண்டு பகுதியினரைவிட இங்கிலாந்து மன்னனுக்கு அதிகக் குத்தகை கட்டணம் செலுத்த வேண்டியிருந்தது.

அயர்லாந்தில் நிலம் வைத்துக்கொள்ளும் அளவைச் சுருக்கி யதும், குத்தகையை நிச்சயம் செய்ததும், ஒரு விஷயத்தைத் தெளிவுபடுத்தின. அதாவது, இம்முறை, அயர்லாந்தில் ஆள்களை குடியேற்றுவது என்பது ஒரு நோக்கத்தைக் கொண் டிருந்தது. அயர்லாந்து மக்களைக் கட்டுப்படுத்துவதற்கு தனக்கு நம்பகமான நபர்களை அங்கே குடியேற வைத்து ஒரு பாதுகாப்பை உண்டாக்கிக் கொள்ள வேண்டும் என்பதற்காகச் செய்யப்பட்டது. தகுந்த குடியேற்றக்காரர்களைக் கண்டு பிடிக்கும் வேலை, லண்டன் மாநகராட்சியிடம் விடப்பட்டது. இந்தப்பணியைச் செய்வதற்காக, 'ஐரிஷ் கழகம்' என்ற ஒரு நிறுவனம் உருவாக்கப்பட்டது.

இங்கிலாந்து மன்னராட்சி மிகப் பெருமளவுக்குத் தங்கள் ஆள்களை அயர்லாந்தில் குடியேற்றுவதற்கு முயற்சித்தாலும் கூட, அது அவ்வளவு சுலபமானதாக இல்லை. ரகசியமாகக் கத்தோலிக்க மதத்தைத் தழுவியிருந்தவர்கள், கடன்காரர் களிடமிருந்து தப்ப நினைத்தவர்கள் அல்லது சட்டபூர்வமற்ற மனைவிகளிடமிருந்து தப்ப நினைத்தவர்கள் போன்றோரே அயர்லாந்து போக விரும்பினர். மற்றவர்கள், அயர்லாந்துக் காரர்களின் கோபத்துக்கு ஆளாகப் பயந்தனர்.

இவ்வாறு, இங்கிலாந்து அரசாங்கம், ஆள்களை அயர்லாந்தில் திட்டமிட்டு குடியேற்றியதுதான், 'உல்ஸ்டர் குடியேற்றம்' என்று அழைக்கப்படுகின்றது. குடியேற்றக்காரர்கள் பிடித்த இடங்களி லிருந்த ஐரிஷ் இனக்குழுக்கள் விரட்டியடிக்கப்பட்டன. அது, ஒரு வெடிப்புக்கான அடித்தளமாக உருவெடுத்தது.

7. கிராம்வெல் படையெடுப்பு

அயர்லாந்து

அயர்லாந்தின் நிலம் அனைத்தும் இங்கி லாந்து நிலப்பிரபுக்களின் ஆதிக்கத்தின் கீழ் இருந்து வந்த நேரத்தில், இங்கிலாந்தில் பல மன்னர்கள் ஆட்சி பீடத்துக்கு வந்தனர்.

அயர்லாந்தை முழுமையாகத் தன் பிடியின் கீழ் கொண்டுவந்த எட்டாம் ஹென்றி மன்னனின் மறைவுக்குப் பின், அவனு டைய மகள் எலிசபெத், இங்கிலாந்து ராணியாகப் பதவியேற்றார். இவர் முதலாம் எலிசபெத் ராணி என்று பட்டம் சூட்டப்பட்டார். அவர் 1603-ம் ஆண்டில் மரணமடைந்தார். அவருக்கு வாரிசு இல்லாததால், ஸ்காட்லாந்து நாட்டின் மன்னர், இங்கிலாந்தின் மன்னராகவும் ஆனார். முதலாவது ஜேம்ஸ் என்றழைக்கப்பட்ட அந்த மன்னரின் கீழ், இங்கிலாந்தும், ஸ்காட்லாந்தும் முதன் முறையாக ஒரே மன்னராட்சியின் கீழ் வந்தன.

இந்த மன்னனுடைய எதேச்சதிகார ஆட்சியையும், புதிதாக உருவாக்கப்பட்ட 'இங்கிலாந்து திருச்சபை' போக்கையும் பிடிக்காத புரொட்டஸ்டாண்ட் மக்கள், 1620-ம் ஆண்டில் 'மே பிளவர்' என்ற கப்பலில் அட்லாண்டிக் கடலைத் தாண்டி, வடக்குக் கடற்கரையோரமாகச் சென்று ஓரிடத்தில் இறங்கி னார்கள். கத்தோலிக்க மதத்திலிருந்து பிரிந்து தனியாக உருவெடுத்துள்ள புரொட்டஸ்டாண்ட் கொள்கை வழியில்

'இங்கிலாந்து திருச்சபை' வேகமாகச் செல்லவில்லை என்பது அவர்களது குற்றச்சாட்டு.

கோபத்துடன் இங்கிலாந்தைவிட்டு வெளியேறிய அவர்கள் தாங்கள் இறங்கிய இடத்துக்கு 'நியூ பிளிமத்' என்று பெயரிட்டனர். இவர்களைத் தொடர்ந்து ஏராளமான குடியேற்றக்காரர்கள் இந்த இடங்களை நோக்கி வரலாயினர். காலப்போக்கில் இவ்வாறு 13 காலனிகள் தோன்றின. இவைதான் ஐக்கிய அமெரிக்க நாடுகள் என்றழைக்கப்படும் அமெரிக்கா.

முதலாம் ஜேம்ஸ் மன்னனின் மகனான முதலாம் சார்லஸ், 1625-ம் ஆண்டு பதவியேற்றான். அவன் இங்கிலாந்தின் பெரும் நில உடமையாளர்களான பிரபுக்களுக்கும், வர்த்தக கொள்ளை லாபக்காரர்களுக்கும் செல்லப்பிள்ளையாக இருந்தான். வளர்ந்து வந்த முதலாளித்துவ வர்க்கத்தினரும், சாதாரண மக்களும் இங்கிலாந்தின் நாடாளுமன்றம் மூலமாகத் தன் மீது கட்டுப் பாடுகள் விதிப்பதை அந்த மன்னன் விரும்பவில்லை. நாடாளு மன்ற முறையைத் தகர்த்தெறிந்து தன்னுடைய ஆட்சியை வரம்பற்ற முடியாட்சியாக்கிக்கொள்ள வேண்டுமென்று அவன் விரும்பினான். இதற்காக அயர்லாந்தைப் பயன்படுத்திக்கொள்ள அவன் திட்டமிட்டு ஸ்ட்ராபோர்டு என்பவனை தன்னுடைய பிரதிநிதியாக அயர்லாந்துக்கு அனுப்பி வைத்தான்.

அயர்லாந்துக்கு வந்த ஸ்ட்ராபோர்டு, அந்நாட்டின் கத்தோலிக்க மக்களுக்கு சில சலுகைகள் அளித்து, சார்லஸ் மன்னனுக்கு ஆதரவாக ஒரு கத்தோலிக்கப் படையை உருவாக்க முயற்சி செய்தான். இங்கிலாந்தின் நாடாளுமன்றத்தைப் பணியவைத்த பின் சார்லஸ் மன்னன், அயர்லாந்தின் கத்தோலிக்க மக்களுக்கு தாராளமாகச் சலுகைகள் வழங்குவார் என்று ஸ்ட்ராபோர்டு வதந்தியைப் பரப்பினான். இவை உண்மையானவை என்று நம்பிய கத்தோலிக்கர்கள், பெரும் எண்ணிக்கையில் அயர் லாந்துப் படையில் சேர்ந்தனர்.

ஆனால், இங்கிலாந்திலோ நிலைமை வேறு விதமாக இருந்தது. சார்லஸ் மன்னனுக்கும், நாடாளுமன்றத்துக்குமிடையே பலமாக உருவாகி வந்த மோதல், 1640-ம் ஆண்டு நவம்பர் மாதத்தில் வெடித்தது. மன்னனுடைய உயர் சபைகள் சட்ட விரோத மானவை என்று பிரகடனம் செய்ததுடன் அவற்றை சேர்ந்த நபர்களைக் கைது செய்யவும் நாடாளுமன்றம் உத்தரவிட்டது.

தன்னுடைய கூட்டுச் சதிகாரர்களைக் காப்பாற்றும் பொருட்டு, மக்கள் சபையின் (காமன்ஸ் சபையின்) ஐந்து தலைவர்களைக் கைது செய்யும்படி சார்லஸ் மன்னன் உத்தரவிட்டான். ஆனால் அந்த ஐவரும் லண்டன் நகருக்குள் தஞ்சம் புகுந்தனர். லண்டன் நகர அமைப்பு, தன்னுடைய ஆயுத வீரர்களைத் தயாராக்கி நகரின் கதவுகளை மூடியது. இந்த விவரங்கள் அயர்லாந்திலிருந்த ஸ்ட்ராபோர்டுக்கு எட்டியதும், அவன் இங்கிலாந்தை நோக்கி விரைந்துவந்தான். ஆனால் அவன் நாட்டுக்குள் நுழைந்ததும் கைது செய்யப்பட்டான். அவனை விட்டு வைப்பது ஆபத்து என்று கருதிய நாடாளுமன்றம் 1641-ம் ஆண்டு மே மாதம் 12-ம் தேதியன்று ஒரு விசேஷ சட்டத்தை இயற்றி அன்று இரவே அவனை தூக்கிலிட்டுக் கொன்றது. இதைக் கொண்டாடும் வகையில் அன்றிரவே இங்கிலாந்து முழுவதிலும் தீப்பந்தங்கள் கொளுத்தப்பட்டன.

சார்லஸ் மன்னனும், ஸ்ட்ராபோர்டும் ஏற்கெனவே ஒரு திட்டம் தீட்டியிருந்தனர். ஸ்ட்ராபோர்டு, இங்கிலாந்துக்கு வருவதைத் தொடர்ந்து அயர்லாந்தின் கத்தோலிக்கப் படையும் பல கப்பல்களில் இங்கிலாந்துக்கு வரவேண்டும், நாடாளுமன்றத்தை ஆதரிக்கும் படைகளை எதிர்த்துப் போரிட்டு அவைகளை முறியடிக்க வேண்டும் என்று அவர்கள் திட்டம் தீட்டியிருந்தனர். இதற்காகப் பல கப்பல்களையும் ஸ்ட்ராபோர்டு ஏற்பாடு செய்திருந்தான். ஆனால் அவன், எதிர்பாராதவிதமாக தூக்கிலிடப்பட்டு விட்டதாலும், கப்பல்கள் செல்வதற்குரிய பருவநிலை மோசமாக இருந்ததாலும், கப்பல்களின் உரிமை யாளர்கள், கத்தோலிக்கப் படைகளை இங்கிலாந்துக்கு ஏற்றிச் செல்ல மறுத்துவிட்டனர்.

இங்கிலாந்தின் உள்நாட்டுப் போரில் மன்னன் வெற்றி யடைவான், தங்களுக்குச் சில சலுகைகள் கிடைக்கும் என்று நம்பியிருந்த அயர்லாந்தின் கத்தோலிக்க மக்கள், ஏமாற்றமும், ஆத்திரமும் அடைந்தனர். தங்களுடைய நிலத்தையெல்லாம் இங்கிலாந்தின் நிலப்பிரபுக்களிடம் இழந்துவிட்ட அயர்லாந்தின் இனக்குழு தலைவர்களும் இதில் அடங்குவர்.

1641-ம் ஆண்டு அக்டோபர் மாதம் 23-ம் தேதியன்று, கத்தோலிக்கர்களின் ஆத்திரமும், சோர்வும் உச்சகட்டத்தை அடைந்து அயர்லாந்தின் புரொட்டஸ்டாண்ட் மக்களைத் தாக்குவதில் இறங்கினர். இதில் ஆயிரக்கணக்கான

41

புரொட்டஸ்டாண்ட்கள் கொல்லப்பட்டனர். ஏராளமானோர் காயமுற்றனர்.

கிளர்ச்சியாளர்கள் ஒரு பிரகடனம் வெளியிட்டனர். அதில் தாங்கள் சார்லஸ் மன்னனுக்கோ, அவனது அதிகாரத்துக்கோ எதிரானவர்கள் அல்லவென்றும், சகித்துக்கொள்ள முடியாத வேதனைகளுக்கும், குறைகளுக்கும் நிவாரணம் தேடும் பொருட்டே இந்தக் கிளர்ச்சியில் இறங்கியிருப்பதாகவும் கூறியிருந்தனர்.

இந்தத் தகவல்கள் இங்கிலாந்துக்கு எட்டியதும், அயர்லாந்துக் கிளர்ச்சியாளர்களை ஒடுக்க தனக்கு ஒரு படை வேண்டுமென்று நாடாளுமன்றத்திடம் மன்னன் கேட்டான். அவனுடைய திட்டம் முழுவதும் இத்தகையதொரு படையைப் பயன்படுத்தி இங்கிலாந்தின் நாடாளுமன்ற அமைப்பை உடைத்தெறிய வேண்டுமென்பதாகும். மன்னனின் திட்டத்தையும், கபடத்தனத் தையும் புரிந்திருந்த நாடாளுமன்றம், அயர்லாந்தை ஒடுக்க ஒரு விசேஷப்படையை ஏற்படுத்த சட்டம் இயற்றிய நேரத்திலேயே சிப்பாய்கள் மற்றும் ராணுவ அதிகாரிகளை நியமிக்கவும், டிஸ்மிஸ் செய்யவுமான அதிகாரத்தைச் சிலருக்கு அளித் திருந்தது. அவர்கள் அனைவரும் மன்னனுக்கெதிரானவர்கள். அயர்லாந்து எழுச்சி என்பது, தங்களுக்கெதிராக ஒரு படையைத் திரட்டுவதற்காக சார்லஸ் மன்னன் செய்த திட்டமிட்ட சதியோ என நாடாளுமன்றம் ஐயம் கொண்டது.

தன்னுடைய நோக்கத்தில் தோல்வி கண்ட சார்லஸ் மன்னன், நாட்டிங்ஹாம் என்ற இடத்துக்குப் போய் ஒரு படையைத் திரட்டி, நாடாளுமன்றவாதிகள் மீது படையெடுக்கத் திட்ட மிட்டான். தனக்கு உதவும்படி பிரபுக்களையும், பணக்காரர் களையும் அழைத்தான்.

இவ்வாறு, இங்கிலாந்தின் உள்நாட்டு யுத்தமானது, 1641-ம் ஆண்டில் தொடங்கி 1649-ம் ஆண்டில் முடிவுற்றது. எட்டு ஆண்டுகள் நடைபெற்ற இந்த உள்நாட்டுப் போரில், ஆலிவர் கிராம்வெல் என்பவர் நாடாளுமன்ற சார்பு படையில் பிரதான மானவர். 1649-ம் ஆண்டில் சார்லஸ் மன்னன் தோல்வியுற்று கைது செய்யப்பட்டான். சார்லஸ் மன்னன் மக்களின் விரோதி என்று நாடாளுமன்றம் பிரகடனம் செய்து அவனுடைய தலையை வெட்டிக் கொல்ல உத்தரவிட்டது. அதன்படி,

சார்லஸ், பகிரங்கமான இடத்தில் சிரச்சேதம் செய்யப்பட்டான். முடிமன்னன் ஆட்சி என்பதும், பிரபுக்கள் சபை என்பதும் ஒழிக்கப்பட்டது. ஆலிவர் கிராம்வெல் முழு அதிகாரமும் படைத்தவராக உருவெடுத்தார்.

இங்கிலாந்தின் கவனம் மீண்டும் அயர்லாந்து மீது திரும்பியது. அயர்லாந்துக் கிளர்ச்சியாளர்களை ஒடுக்கி மீண்டும் அதை அடிமைப்படுத்த வேண்டும் என்பதற்காக நாடாளுமன்றமும், கிராம்வெல்லும் ஒரு திட்டத்தை அறிவித்தனர். அயர்லாந்துக்கு அழைத்துச் செல்லப்படும் படையினருக்கு அங்கு கைப்பற்றப் படும் நிலம் அளிக்கப்படுமென்று அறிவிக்கப்பட்டது.

1649-ம் ஆண்டு ஆகஸ்ட் மாத இறுதியில் கிராம்வெல் ஒரு பெரும் படையுடன் அயர்லாந்துக்குள் புகுந்தார். அயர்லாந்துப் படைகள் நிறைந்திருந்த கோட்டை கொத்தளங்கள் தகர்க்கப்பட்டன. பிடிக்கப்பட்ட அயர்லாந்துப் படை வீரர்கள் அனைவரும் ஈவிரக்கமின்றி கொல்லப்பட்டனர். கத்தோலிக்கப் பாதிரியார்கள் கண்ட, கண்ட இடங்களில் அடிக்கப்பட்டனர். கிராம்வெல்படை முன்பு தாக்குப்பிடிக்க முடியாமல் பல கோட்டைகள் சரணடைந்தன.

இந்த யுத்தம் நடந்து கொண்டிருக்கும் நேரத்திலேயே, ஸ்காட்லாந்துக்காரர்கள் இங்கிலாந்தின் மீது படையெடுக்கும் நிலை ஏற்பட்டதால் கிராம்வெல் இங்கிலாந்துக்குத் திரும்ப வேண்டிய நிலை ஏற்பட்டது. எனவே, அவர், அயர்லாந்து யுத்தத்தை நடத்தும் வேலையைத் தன்னுடைய தளபதிகளிடம் விட்டுச் சென்றார்.

அயர்லாந்தின் கடைசிப் படைகள் கில் கென்னி சட்டத்தை ஏற்றுக்கொள்வதாகக் கூறிய பின், 1652-ம் ஆண்டு மே மாதத்தில் அயர்லாந்து யுத்தம் முடிவடைந்தது. இந்தக் கடைசிப்படைகள் பெரும்பாலும் இனக்குழுவினரைக் கொண்டிருந்ததாகும். சரணடைந்தவர்களில் கொலைக்குற்றம் புரியாதவர்கள் நாட்டை விட்டு வெளியேறலாம் என்று கூறப்பட்டது. அதன்படி 34 ஆயிரம் அயர்லாந்து சிப்பாய்கள், ஐரோப்பாவின் மற்ற நாட்டு அரசர்களின் படைகளில் போய்ச் சேர்ந்தனர்.

1641 முதல் 1652 வரையிலான யுத்த ஆண்டுகளில் அயர்லாந்து, மிகப் பெரும் பேரழிவைச் சந்தித்தது. எங்கு நோக்கினும் ரத்தம்

பெருக்கெடுத்தோடியது. பிளேக் நோயும், பஞ்சமும் தலை விரித்தாடின. இருபது மைல் தூரத்துக்கு ஒரு மனிதனையோ, மிருகத்தையோ, ஏன் ஒரு பறவையைக் கூட பார்க்க முடிய வில்லை என்று ஓர் ஆங்கிலேய அதிகாரியே கூறும் அளவுக்கு அது இருந்தது.

இந்தப் பின்னணியில்தான், 1652-ம் ஆண்டில் இங்கிலாந்து நாடாளுமன்றம் 'அயர்லாந்து தீர்வு' என்ற கோட்பாட்டை உருவாக்கியது. இது, நடைமுறையில் 'கிராம்வெல் தீர்வு' என்றே அழைக்கப்பட்டது. இங்கிலாந்து ஏராளமானோரிடம் கடன்பட்டிருந்தது. தவிரவும், அதனுடைய ராணுவத்தினருக்கு சம்பள பாக்கியாகப் பெரும் தொகை தர வேண்டியிருந்தது. இந்தப் பளு முழுவதையும் அயர்லாந்து தாங்க வேண்டி யிருந்தது.

சாராம்சத்தில், அயர்லாந்து முழுவதும் அதனுடைய சட்டபூர்வ உரிமையாளர்களிடமிருந்து கைப்பற்றப்பட்டதாகவே கருதப் பட்டது. அயர்லாந்துக்காரர்கள் புரிந்த 'குற்றத்தின் தன்மை' வரையறுக்கப்பட்டது.

இங்கிலாந்து நாடாளுமன்றத்துக்கும், அதனுடைய லட்சியத்துக் கும் விசுவாசமாக இருந்தவர்கள் ஏற்கெனவே வைத்திருந்த நிலத்தை வைத்துக் கொள்ளலாம்.

1641-ம் வருட எழுச்சியை உருவாக்கியவர்கள் தங்களுடைய சொத்துக்கள் முழுவதையும் இழக்கவேண்டும். அவர்கள், கொலைக்குற்றம் செய்தவர்களாக இருந்தால், தூக்கிலிடப்பட வேண்டும்.

குறைந்தளவில் குற்றம் புரிந்தவர்கள் அவர்கள் வைத்துள்ள நிலத்தில் மூன்றில் இரண்டு பங்கை இழக்க வேண்டும். மிகக் குறைந்தளவில் குற்றம் புரிந்தவர்கள் மூன்றில் ஒரு பங்கு நிலத்தை இழக்க வேண்டும்.

ஐம்பது ஏக்கருக்கு மேல் நிலம் வைத்திருப்பவர்கள் பட்டியல் தயாரிக்கப்பட்டது. அந்தப் பட்டியலில் உள்ள கத்தோலிக்கர்கள் அனைவரும் தங்கள் மூட்டை முடிச்சுக்களை எடுத்துக்கொண்டு ஷன்னான் ஆற்றுக்கு அப்பால் உள்ள கன்னாட் என்ற இடத்துக்குப் போகும்படி உத்தரவிடப்பட்டனர். அவ்வாறு குடிபெயரும்படி கட்டளையிடப்பட்ட கத்தோலிக்க நில

உடமையாளர்கள், அந்த இடங்களிலிருந்து புறப்பட்டபோது பெரும்பாலான இடங்களில் அவர்களுடைய குத்தகையாளர்களும் அவர்களுடனேயே புறப்பட்டுச் சென்றனர்.

ஆங்கிலேய அதிகாரிகள் சிறிது காலம் கழித்து இந்த ஏற்பாடு காரிய சாத்தியமற்றது என்பதை உணர்ந்தனர். மேலும், சட்ட பூர்வ குறுக்கீடுகள் என்பதும் அவர்களுடைய வேலைகளை மட்டுப்படுத்தியது.

'குடி பெயர்ந்தவர்கள்' மீண்டும் பழைய இடங்களுக்குத் திரும்பி வருவதற்கு அனுமதிக்கப்பட்டனர். ஆனால், பல ஏக்கர் நிலங்களை அவர்கள் இழக்க வேண்டியிருந்தது; அல்லது பணம் கொடுக்க வேண்டியிருந்தது. அல்லது, முன்பு தங்களுக்கு உரிமையாக இருந்த நிலத்தில் இப்போது குத்தகையாளராகப் போக வேண்டியிருந்தது. இந்த நில உடமையாளர்களைச் சார்ந்திருந்தவர்களும் அவர்களுடனேயே திரும்பி வந்தனர்.

இவ்வாறு நில மாற்றங்கள் செய்யப்பட்டதைத் தொடர்ந்து நிலத்தை வாங்கி விற்பவர்கள் ஏராளமாகச் சுற்றித்திரிய ஆரம்பித்தனர். ராணுவத்தினருக்குத் தர வேண்டிய சம்பளப் பாக்கிக்காக அவர்களுக்கு 'டிக்கெட்டுகள்' கொடுக்கப்பட்டன. குலுக்கல் சீட்டு மூலம் நில விநியோகத்தை அவர்கள் பகிர்ந்து கொள்ள வேண்டுமென்று கூறப்பட்டது. அரசாங்கத்துக்கு பணம் கடன் கொடுத்திருந்த ஊக வாணிபக்காரர்கள், அவர்கள் கொடுத்திருந்த பணம் அளவுக்கு நிலம் பெற்றனர். 'டிக்கெட்டுகள்' கொடுக்கப்பட்ட சிப்பாய்களில் பெரும் பாலோருக்கு, அயர்லாந்தில் தங்க விருப்பம் இல்லை. எனவே, அவர்கள் அந்த இடங்களை விற்க ஆரம்பித்தனர். அந்த டிக்கெட்டுகள் ஒரு குறிப்பிட்ட அளவு தள்ளுபடி விலையில் வாங்கப்பட்டன.

கிராம்வெல் படையெடுப்பால் விளைந்த மற்றொரு நாசத்தை இங்கே குறிப்பிட வேண்டியது அவசியமாகிறது. யுத்தத்திலும், பஞ்சத்திலும், நோய் நொடியிலும் பெற்றோரை இழந்த குழந்தைகள், வாலிபர்கள், யுவதிகள் பெரும் எண்ணிக்கையில் அனாதையாக இருந்தனர். வேலையில்லாமல் பட்டினி, பசியில் அவர்கள் இங்குமங்குமாக அயர்லாந்தில் சுற்றித் திரிந்து கொண்டிருந்தனர். அவர்களைத் தொலைத்துக் கட்ட ஆங்கிலேய அரசாங்கம் ஒரு திட்டமிட்டது. அவர்கள் அனைவரும்

பிடிக்கப்பட்டு அடிமை வியாபாரிகளிடம் விற்கப்பட்டனர். அந்த அடிமை வியாபாரிகள், இந்தக் குழந்தைகள், வாலிபர் கள், யுவதிகள் அனைவரையும் மேற்கிந்தியத் தீவுகளுக்கோ அல்லது அமெரிக்காவிற்கோ கப்பல்களில் ஏற்றிச் சென்று விற்றுவிட்டனர். அந்த இடங்களில் அடிமைத் தொழிலாளி களுக்கு மிகுந்த கிராக்கியிருந்ததால் இவர்கள் நல்ல விலைக்கு விற்கப்பட்டனர். இதனால் உற்சாகமடைந்த அடிமை வியாபாரிகள், அயர்லாந்துக்குத் திரும்பத் திரும்ப வந்து ஏராளமானோரை இழுத்துச் சென்றனர். சுற்றித் திரிபவர்கள் எண்ணிக்கைக் குறைந்தவுடன் இந்த வியாபாரிகள் ஆள்களைக் கடத்த ஆரம்பித்தனர். கடைசியில் மிகுந்த துணிச்சலுடன் அயர்லாந்திலிருந்து மட்டுமல்லாமல் இங்கிலாந்திலிருந்தும் ஆங்கிலேயர்களைக் கடத்தி விற்கத் தொடங்கினர். இதைக் கண்ட ஆங்கிலேய அரசாங்கம், இறுதியில் இந்த வியா பாரத்தைத் தடை செய்தது.

இங்கிலாந்தின் சர்வாதிகாரியைப் போன்றிருந்த ஆலிவர் கிராம்வெல், 1658-ம் ஆண்டில் காலமானார். இரண்டு ஆண்டு களுக்குப் பிறகு இங்கிலாந்தில் குடியரசு வீழ்ந்தது. அதைத் தொடர்ந்து அயல்நாட்டில் புகலிடம் கொண்டிருந்த முதலாம் சார்லஸின் மகன் இங்கிலாந்துக்குத் திரும்பி வந்தான். மக்களால் வரவேற்கப்பட்டான். இரண்டாம் சார்லஸ் என்று முடி சூட்டப் பட்டான். அவனுடைய மறைவுக்குப் பின், அவனுடைய தம்பி இரண்டாம் ஜேம்ஸ் என்பவன், 1685-ம் ஆண்டில் பதவி யேற்றான்.

அவன் பதவி ஏற்ற நேரத்தில் அயர்லாந்தின் நிலைமை எவ்வாறிருந்தது? அயர்லாந்தின் மொத்த மக்கள்தொகையான 12 லட்சம் பேரில், 10 லட்சம் பேர் கத்தோலிக்கர்கள்; மீதமுள்ள 2 லட்சம் பேர், புரொட்டஸ்டாண்டுகள். நிலத்தைப் பொருத்த மட்டில் 90 சதவிகிதத்துக்கும் அதிகமான நிலம், இங்கிலாந்தைச் சேர்ந்தவர்களும், புரொட்டஸ்டாண்டுகளுமான 2 லட்சம் பேரிடம் குவிந்துக்கிடந்தது.

பின்வரும் விவரம் இங்கிலாந்தின் காலனி ஆதிக்கத்தைத் தெளிவுபடுத்தும். அயர்லாந்தின் சுமார் 122 லட்சம் ஏக்கர் நிலம், கிராம்வெல் தீர்வுப்படி, நிலம் அளிக்கப்பட்ட ஆங்கிலேய குடியேற்றக்காரர்கள் வசம் 39 லட்சம் ஏக்கர் நிலம் இருந்தது. வேறு இடங்களுக்குக் குடிபெயருமாறு கூறப்பட்டவர்களைச்

சேர்த்து 'அப்பாவி' அயர்லாந்துக்காரர்கள் வசம் இருந்த நிலம் 23 லட்சம் ஏக்கர் மட்டுமே! இங்கிலாந்துக்காரர்களுடன் 'அன்புடன் நடந்துகொண்ட' அயர்லாந்துக்காரர்கள் வசம் இருந்தது 6 லட்சம் ஏக்கர் நிலங்கள். மீதமிருந்த 8 லட்சம் ஏக்கர் நிலப்பரப்பானது, நகரங்களின் குடியிருப்பு இடங்களாக இருந்தன. இதிலிருந்தே, அயர்லாந்தின் 10 லட்சம் கத்தோலிக்க மக்கள் மீது இங்கிலாந்தின் 2 லட்சம் புரொட்டஸ்டாண்டுகளின் காலனி ஆதிக்கம் எந்தளவு பலமாக இருந்தது என்பது விளங்கும்.

இந்தப் பின்னணியில்தான் இரண்டாம் ஜேம்ஸ் பதவியேற்றான். அவன் கத்தோலிக்க மதத்தைப் பின்பற்றுபவனாகவும், இங்கிலாந்தில் மீண்டும் போப்பாண்டவரின் மேலாதிக்கம் இருக்க வேண்டுமென்பவனாகவும் விளங்கினான். ஆனால், புரொட்டஸ்டாண்டுகளாகிய இங்கிலாந்து மக்களோ, போப் பாண்டவரையும், அவருடைய மேலாதிக்கத்தையும் கடுமையாக எதிர்த்தனர்.

இரண்டாம் ஜேம்ஸ், டயர் கொன்னல் பிரபு என்பவரை அயர்லாந்தின் பிரதம தளபதியாகவும், பின்னர் உயர் நிர்வாக பிரபுவாகவும் நியமித்தான். இவர் ஆங்கிலேயஐரிஸ் கத்தோலிக்க ராவார். கத்தோலிக்க மதத்தைச் சேர்ந்தவர்கள் இங்கிலாந்தின் மன்னராகி இருப்பதையும், அயர்லாந்தின் உயரதிகாரியாக இருப்பதையும் கண்டு, அமுக்கப்பட்டுக் கிடந்த அயர்லாந்தின் கத்தோலிக்க மக்கள் மகிழ்ச்சியடைந்ததோடு பெரும் எதிர் பார்ப்புகளையும் கொண்டிருந்தனர்.

டயர் கொன்னல், அயர்லாந்தின் உயரதிகாரியாக ஆனவுடன், ஜேம்ஸ் மன்னனுக்கு ஆதரவாகச் சில காரியங்களில் ஈடு பட்டான். கத்தோலிக்க மதத்தவர்களைக்கொண்ட கத்தோ லிக்கப் படைப்பிரிவுகளை உண்டாக்கினான்.

ஜேம்ஸ் மன்னன், 1688-ம் ஆண்டில் கத்தோலிக்க வழிபாட்டை தடை செய்திருந்த சட்டங்களை தன்னுடைய உத்தரவின் மூலம் நிறுத்தி வைக்க முயற்சித்தான். இதைக் கண்ட புரொட்டஸ் டாண்ட் மதப்பிரிவு பிஷப்புகள் ஏழுபேர், எழுத்து மூலம் தங்களுடைய எதிர்ப்பைத் தெரிவித்தனர். இதனால் ஆத்திர மடைந்த ஜேம்ஸ் மன்னன் அந்த ஏழு பிடிப்புகள் மீதும் ராஜத் துரோக குற்றச்சாட்டை சுமத்தி விசாரணை நடத்த உத்தர விட்டான்.

இந்த விசாரணை நடைபெற்று வந்த சமயத்தில், மன்னனுக்கு ஆதரவாக டயர் கொன்னல், சில கத்தோலிக்கப் படைப் பிரிவுகளை லண்டனுக்கு அனுப்பி வைத்தான். அச்சமயத்தில் தான், குற்றம் சாட்டப்பட்டிருந்த ஏழு பிஷப்புகளும் விடுதலை செய்யப்பட்டிருந்தனர். புரொட்டஸ்டாண்ட் மக்கள் பெரும் மகிழ்ச்சியடைந்து ஆரவாரம் செய்த வந்த நேரத்தில் ஒரு வதந்தி, லண்டனுக்குள் பரவியது. அயர்லாந்தின் கத்தோலிக்கப் படைகள் லண்டனின் புறநகர்ப் பகுதிக்குள் வந்துவிட்டன என்றும் எந்த நேரத்திலும் அவை, லண்டனுக்குள் புகுந்து மக்களைக் கொன்று குவித்து பெரும் நாசம் ஏற்படுத்தப் போகிறதென்றும் வதந்தி பரவியது. இந்த வதந்திக்கு எவ்வித ஆதாரமுமில்லை. நிலைமை மோசமடைந்ததைக் கண்ட ஜேம்ஸ் மன்னன் அயர்லாந்துப் படைகளை திருப்பி அனுப்பினான்.

எனினும், அவனுடைய போக்குகள் குறித்து கவலையடைந்த நிலப் பிரபுக்கள், பணக்கார வர்த்தகர்கள், புரொட்டஸ்டாண்ட் மதக்குருக்கள் ஆகியோரைக் கொண்ட ஒரு கூட்டம், ஹாலந்து நாட்டின் மன்னராயிருந்த ஆரஞ்ச் வில்லியம் என்பவனை உடனே இங்கிலாந்துக்குப் படையுடன் வந்து இங்கிலாந்து நாடு மற்றும் புரொட்டஸ்டாண்ட் மதத்தின் உரிமைகளைப் பாதுகாக்கும் பொருட்டு நாட்டை ஆட்சிபுரிய வேண்டுமென்றும் கேட்டுக் கொண்டது. ஆரஞ்ச் வில்லியம் வேறு யாருமில்லை. அவன் ஜேம்ஸ் மன்னனின் மூத்த மகளான மேரியின் கணவன்; தவிரவும் அவன் சிரச்சேதம் செய்யப்பட்ட முதலாம் சார்லஸ் மன்னனின் பேரனுமாவான்.

ஆரஞ்ச் வில்லியம், இந்த வேண்டுகோளை ஏற்று, நவம்பர் 5-ம் தேதியன்று ஒரு பெரும்படையுடன் இங்கிலாந்துக்குள் வந்திறங்கினான். தன் நாட்டின் ராணுவம், கடற்படை, நீதிமன்றம், திருச்சபை, ஏன் தன் குடும்பமும் தனக்கு உதவாது என்பதைக் கண்ட ஜேம்ஸ் மன்னன், பிரான்ஸ் நாட்டுக்குத் தப்பியோடி அங்கே ஆட்சிபுரிந்து வந்த 14-ம் லூயி மன்னனிடம் தஞ்சம் புகுந்தான்.

இங்கிலாந்து நாடாளுமன்றத்தின் சிறப்புக்கூட்டம் ஆரஞ்ச் வில்லியத்தையும், அவன் மனைவி மேரியையும் கூட்டு மன்னர்களாக்கியது. அவர்கள், உரிமைகள் மசோதாவுக்கும், புரொட்டஸ்டாண்டுகள் மட்டுமே அரச பதவி ஏற்க முடியு மென்று வரையறுத்த தீர்வு சட்டத்துக்கும் சம்மதம் அளித்தனர்.

இந்தச் சட்டத்தின்படி கத்தோலிக்கப் பெண்ணை அரசன் திருமணம் செய்துகொண்டால், அவன் அரச பதவிக்குத் தகுதியற்றவனாக்கப்பட்டுவிடுவான்.

அயர்லாந்திலிருந்த டயர் கொன்னல், சிறப்பு நாடாளுமன்றத்தின் முடிவை ஏற்க மறுத்து, பதவியிலிருந்து ஓடிய ஜேம்ஸ் மன்னனுக்கு ஆதரவைத் தெரிவித்தான். பிரான்ஸ் நாட்டிலிருந்து ஒரு படையுடன் வந்து, தன்னுடைய 'சட்டபூர்வ' அரசுரிமையை எடுத்துக் கொள்ளும்படி ஜேம்ஸ் மன்னனுக்கு டயர் கொன்னல் அழைப்பு விடுத்தான். ஜேம்ஸ் மன்னன், சில பிரெஞ்சு, அயர்லாந்து அதிகாரிகளுடனும், சிறிதளவு துருப்புகளுடனும், 1689-ம் ஆண்டு மார்ச் மாதத்தில் அயர்லாந்துக்கு வந்தான்.

8. தேசபக்த நாடாளுமன்றம்

அயர்லாந்து

அயர்லாந்துக்குள் நுழைந்த ஜேம்ஸ், டப்ளின் நகரில் ஒரு நாடாளுமன்றத்தைக் கூட்ட உத்தரவிட்டான். 232 உறுப்பினர்கள் கலந்துகொண்ட இந்த நாடாளுமன்றம், 'தேச பக்த நாடாளுமன்றம்' என்றழைக்கப் பட்டது.

இந்த நாடாளுமன்றத்தில், ஆறு பிஷப் புகள் உள்ளிட்டு புரொட்டஸ்டாண்ட் பிரிவைச் சார்ந்த பலர் கலந்துகொண்டனர். இந்தத் தேசபக்த நாடாளுமன்றம், பின் வரும் பிரகடனத்தை வெளியிட்டது.

1. அயர்லாந்துக்காகச் சட்டங்களை இயற்றுவதற்கு இங்கிலாந்தின் நாடாளுமன்றம் தகுதியற்றது.
2. சட்ட வழக்குகளில் இறுதியாகத் தீர்ப்பளிக்கும் அதிகாரம் அயர்லாந்து பிரபுக்கள் சபைக்குத்தான் உண்டு.
3. முழுமையான மத சகிப்புத் தன்மை.
4. கப்பம் என்பது கட்டாயமாகும். ஆனால், அதை நில உடமையாளர் தான் விரும்பும் எந்தத் திருச்சபைக்கும் அளிக்கலாம்.
5. குடியேற்ற நில உடமையாளர்கள் ஒரு குறிப்பிட்ட தேதிக்குள் ஜேம்ஸுக்கு விசுவாசம் தெரிவிக்கவில்லையென்றால், அவர்களுடைய நிலம் பறிமுதல் செய்யப்படும்.

இந்தத் தேசபக்த நாடாளுமன்றம் நிலமற்றிருந்த ஏராளமான கத்தோலிக்க விவசாயிகளுக்கு எதுவும் செய்யவில்லை.

இந்த நிகழ்ச்சிகளைக் கண்ட இங்கிலாந்தின் மன்னன் ஆரஞ்ச் வில்லியம் அயர்லாந்தை மீண்டும் கைப்பற்றுவதற்காக ஒரு படையைத் திரட்டிக்கொண்டு வந்தான். ஜேம்ஸ் படைகளுக்கும், ஆரஞ்ச் வில்லியம் படைகளுக்குமிடையே பெரும் யுத்தம் மூண்டது. ஓராண்டுக்கு மேல் நீடித்த இந்த யுத்தத்தில், ஜேம்ஸின் படைகள் தோல்வி கண்டன. பல நகரங்கள் சரணடைந்தன. லிமெரிக் என்ற நகரம் மட்டும் சரணடையாமல் இருந்தது. இறுதியில் அதுவும் ஓர் உடன்பாட்டுக்கு வந்தது. லிமெரிக் உடன்பாடு என்றழைக்கப்பட்ட இந்த சரணாகதி உடன்பாடு, 1691-ம் ஆண்டு அக்டோபர் 13-ம் தேதியன்று இறுதியாக்கப் பட்டது.

இந்த உடன்பாட்டின்படி சரணடைந்த ஐரிஷ் சிப்பாய்கள், பிரான்ஸ் தேச மன்னனிடம் போய்விடலாம் அல்லது தங்களுடைய வீடுகளுக்குப் போய்விடலாம். இரண்டாவதாக, கத்தோலிக்க மக்கள், ஆரஞ்ச் வில்லியத்துக்கு விசுவாசமாக இருப்பதாகப் பிரமாணம் எடுத்துக்கொண்டால், ஜேம்ஸ், அயர்லாந்தில் ஆட்சியைப் பிடிக்கும் முன்பு, கத்தோலிக்கர்களை சகித்துக் கொண்டிருந்த அளவுக்கு இப்போதும் சகித்துக் கொள்ளப்படும்.

முதல் ஷரத்துப்படி 10 ஆயிரம் கத்தோலிக்கச் சிப்பாய்கள், பிரான்ஸ் நாட்டு மன்னனின் படைகளில் சேர்ந்தனர்.

ஆனால், இந்த உடன்பாட்டு ஷரத்துக்களை அயர்லாந்து நாடாளுமன்றம் ஏற்க மறுத்துவிட்டது. இந்த நாடாளு மன்றத்திலிருந்த கத்தோலிக்கர்கள் ஏற்கெனவே அதிலிருந்து அகற்றப்பட்டுவிட்டனர். ஜேம்ஸ் மன்னனுடன் சேர்ந்து இங்கிலாந்துக்கெதிராகப் போராடிய அனைத்து ஐரிஷ் நிலவுடைமையாளர்களின் நிலங்களும் கைப்பற்றப்பட்டன. அயர்லாந்து நாடாளுமன்றம், கத்தோலிக்கர்களுக்கெதிராகத் தொடர்ச்சியாகப் பல சட்டங்கள் இயற்றியது. இவை அனைத் தும் சேர்ந்து தண்டனைச் சட்ட விதிகள் என்றழைக்கப்பட்டன.

இந்தத் தண்டனைச் சட்டங்களின்படி, வாக்களிக்கும் உரிமை கத்தோலிக்கர்களிடமிருந்து பறிக்கப்பட்டது. நாடாளுமன்றம்,

நகரசபைகள் போன்றவற்றிற்கும், மருத்துவத் தொழில் தவிர வேறெந்த தொழில்களுக்கும் அவர்கள் போட்டியிட முடியாது. அதேபோல் தரைப்படை, கப்பற்படை போன்றவற்றிற்கும், அரசாங்க வேலைகளுக்கும் அவர்கள் தகுதியற்றவர்களா கிறார்கள். பள்ளிக்கூடங்களை நடத்தவோ அல்லது அவற்றில் ஆசிரியராகப் பணியாற்றவோ கத்தோலிக்கர்களுக்கு உரிமை கிடையாது. நீதிபதியிடம் உரிமம் பெறாமல் ஆயுதங்களை வைத்திருக்கவோ அல்லது எடுத்துச் செல்லவோ கத்தோலிக்கர் களுக்கு உரிமை கிடையாது. ஐந்து பவுண்டு மதிப்பிற்கு மேற்பட்ட குதிரையைச் சொந்தமாக வைத்துக்கொள்ளக் கூடாது. லினன் தொழில் தவிர, வேறெந்தத் தொழிலிலும் எந்தவொரு கத்தோலிக்கரும் இரண்டு பயிற்சியாளர்களுக்கு மேல் வைத்துக் கொள்ளவே கூடாது. கத்தோலிக்கர்கள் செய்தித் தாள்களையோ, புத்தகங்களையோ தயாரிக்கக் கூடாது, விற்பனை செய்யக் கூடாது. கத்தோலிக்கர்களுக்கும், புரொட்டஸ்டாண்டுகளுக்குமிடையே திருமணங்கள் நடை பெறுவது சாத்தியமான அளவு தடை செய்யப்பட்டது.

கத்தோலிக்கர்கள் மீது விசேஷ வரிகள் விதிக்கப்பட்டன. ஒரு கத்தோலிக்கர் நிலப்பிரபுவாக இருந்தால், அவர் விசேஷ கட்டுப் பாடுகளுக்கு உட்பட வேண்டும். கத்தோலிக்கர்கள் எஸ்டேட் எதுவும் வைத்துக் கொள்ளக் கூடாது. ஒரு கத்தோலிக்க நில உடமையாளர் இறந்து போனால், அந்த நிலம் முழுவதும் அவருடைய பிள்ளைகளிடையே பங்கிடப்பட்டுவிட வேண்டும். கத்தோலிக்கர்கள், 33 வருடங்களுக்கு மேற்பட்ட அளவில் குத்தகைகள் எதுவும் வைத்துக் கொள்ளக் கூடாது. உள் குத்தகை மூலம் ஒரு கத்தோலிக்கர் பெறும் தொகை, அவர் செலுத்தும் குத்தகைத் தொகையின் மூன்றிலொரு பங்குக்கு மேல் இருக்கக் கூடாது.

ஒரு புரொட்டஸ்டாண்ட் நில உரிமையாளர், ஒரு கத்தோலிக்கப் பெண்ணை திருமணம் செய்து கொண்டால், அவருடைய சிவில் உரிமைகளை இழந்துவிடுவார். பரம்பரைச் சொத்துக்குரிய ஒரு புரொட்டஸ்டாண்ட் குடும்பத்தைச் சேர்ந்த ஒரு பெண், ஒரு கத்தோலிக்கரை மணந்து கொண்டால், அவருக்குரிய பரம்பரைச் சொத்துரிமையை இழந்துவிடுவார். ஒரு கத்தோலிக்கருடைய மகன் புரொட்டஸ்டாண்டாக மாறிவிட்டால் தந்தையின் சொத்து முழுவதும் மகனுக்கு வந்துவிடும் என்பதுடன் தன் சொந்த

எஸ்டேட்டில் தன்னுடைய தந்தையை ஆயுள்காலம் முழுவதற் கும் வெறும் குத்தகையாளராக வைத்துக்கொள்ள முடியும். ஒரு கத்தோலிக்க மனைவி, புரொட்டஸ்டாண்ட் மதத்துக்கு மாறினால், தன் கணவனிடமிருந்து பிரிந்து வாழ உரிமை பெற்றவராகிறார் என்பதுடன் அவருடைய வாழ்க்கைச் செலவுக்கு அவருடைய கணவர் பணம் தர வேண்டும்.

கத்தோலிக்கத் திருச்சபையைச் சேர்ந்த ஆர்ச் பிஷப்புகள், பிஷப்புகள் போன்றோர் அயர்லாந்தைவிட்டு உடனே வெளி யேறும்படி உத்தரவிடப்பட்டனர். அவர்கள் அயர்லாந்தி லிருந்தாலோ அல்லது திரும்பி வந்தாலோ பெரும் ராஜத் துரோகக் குற்றத்தின் கீழ் தண்டனை விதிக்கப்படுவார்கள் என்று கூறப்பட்டது. ஒவ்வொரு பகுதிக்கும் ஒரு பாதிரியார் மட்டுமே அனுமதிக்கப்பட்டார். விசேஷ அனுமதியின்றி அவர் தன் பகுதியைவிட்டு வெளியே செல்லக்கூடாது.

கத்தோலிக்கத் திருச்சபையின் வேலையை முடக்கி அதைச் செயல்படவிடாமல் தடுக்கும் பொருட்டு இத்தகைய தடைகள் விதிக்கப்பட்டன. ஆனால், இவை, எதிர்மறையான விளைவு களையே உருவாக்கின. பதிவு செய்யாத பாதிரியார்களும், மதப் பிரச்சாரகர்களும் மக்களுடன் நெருக்கமாகி, கிராமப்புறங்களில் தலைமறைவாக இருந்து மதப் பிரச்சாரத்தை நடத்தினர். ஒதுக்குப்புறமான இடங்களில் பிரார்த்தனைகள் நடத்தப்பட்டன. அச்சமயங்களில் எதிரிகள் யாரும் வருகிறார்களா என்பதைக் கண்காணிப்பதற்காகப் பலர் ஈடுபடுத்தப்பட்டனர்.

கத்தோலிக்கர்கள் மீதான தண்டனைச் சட்டங்கள் அயர் லாந்தின் பல்வேறு வர்க்கங்களிடையே பல்வேறு விளைவுகள் ஏற்படுத்தின. கத்தோலிக்க நிலப்பிரபுக்கள் புரொட்டஸ் டாண்ட் மதத்தை ஏற்றுக்கொள்வது போலவும், தங்களுக்கு ஆதரவாக உள்ள புரொட்டஸ்டாண்ட் நிலப்பிரபுக்களுக்கு அனுதாபமாக இருப்பது போலவும் காண்பித்துக் கொண்டனர். அதன் மூலம் அந்த புரொட்டஸ்டாண்ட் நிலப்பிரபுக்களின் உதவியுடன் தங்களுடைய பிள்ளைகளின் படிப்பிற்கு இங்கிலாந்திலோ அல்லது இதர ஐரோப்பிய நாடுகளிலோ வழிவகுத்துக் கொண்டனர். ஒரு வகையான வர்க்க நேசம் இவ்விரு நிலப்பிரபுக்கள் பகுதியிடையே நிலவியது என்றால் அது மிகையல்ல.

ஆனால், மிகப் பெருவாரியான ஐரிஷ் - கத்தோலிக்க மக்கள்
வறுமையில் உழன்று வந்தனர். அவர்கள் சிறிய விவசாயி
களாகவும், குத்தகை விவசாயிகளாகவும் இருந்தனர். குத்தகை
என்பது முதுகை முறிப்பதாக இருந்தது. அது மட்டுமல்ல!
மற்றொரு பெருங்கொடுமையும் ஐரிஷ் மக்கள் சந்திக்க
வேண்டியிருந்தது. ஐரிஷ் மொழியைக் கற்றுத் தருவதும், அந்த
மொழியில் கதைகள், பாடல்களை கற்றுத் தருவதும் பெரிய
குற்றமாகக் கருதப்பட்டது. ஐரிஷ் மொழியைக் கற்றுத்தருவதை
தடுத்துவிட்டால், ஒரு சில தலைமுறைகளுக்குள் அது முற்றிலும்
மறக்கப்பட்டுவிடுமென்று இங்கிலாந்தின் ஆட்சியாளர்கள்
மனப்பால் குடித்தனர். ஆனால் ஐரிஷ் இசைவாணர்களும்,
புதர்வேலி ஆசிரியர்களும் அந்த நம்பிக்கையைப் பொய்ப்
பித்தனர். இவர்கள், கிராமப்புற குழந்தைகளுக்கு வயல்புற
புதர்களுக்குக் கீழே உட்கார்ந்து கல்வி கற்றுக் கொடுத்தனர்.
அந்தச் சமயத்தில் உளவாளிகளும், தகவல் சொல்கிறவர்களும்
வருகிறார்களா என்பதைச் சிலர் கண்காணித்து வந்தனர்.

இத்தகை புதர்வேலி ஆசிரியர்கள் பிடிபட்டார்களானால்,
அவர்கள் ராஜத்துரோகக் குற்றச்சாட்டு சுமத்தப்பட்டு தூக்கில்
இடப்படுவார்கள் அல்லது நாடு கடத்தப்படுவார்கள் அல்லது
சோம்பேறியாகச் சுற்றித் திரிபவர்கள் என்று கூறப்பட்டு,
சவுக்கால் அடிக்கப்படுவார்கள்.

இந்தப் புதர்வேலி ஆசிரியர்களுக்குக் கூலியாக கிடைத்த
தெல்லாம் அந்த ஏழைக் குடும்பங்களின் அற்பமான உணவில்
ஒரு பங்கு, அவர்களுடைய வைக்கோற்படப்பில் படுத்து
உறங்கிக் கொள்வது, அந்தக் குடும்பத்தினரின் துணிகளில் ஒன்று.
அவர்கள் ஒரு பைசா, இரண்டு பைசா என்று சேர்த்து தரும் அற்பத்
தொகை ஆகிய இவைதான். ஆனால் இந்த ஆசிரிய அறிஞர்
களுக்கும் இசைவாணர்களுக்கும் அந்த ஏழைகளின் குடிசை
களில் எப்போதும் வரவேற்பு இருந்தது. அவர்கள் பஞ்சாங்கம்
கணிப்பவர்கள், கவிஞர்கள், கதைப்பாட்டு பாடுபவர்கள்.
இவர்கள் இரவு நேரங்களில் புதர்களின் ஓரங்களில் உட்கார்ந்து
ஐரிஷ் இனத்தின் மகிமையைப் பற்றியும், அதன் வரலாற்றையும்,
அதன் வீரர்கள் குறித்த கதைகளையும், அதன் மொழியையும்
விளக்கிக் கூறுவார்கள். ஐரிஷ் ஏழை, எளிய மக்கள், பிள்ளை
களுடன் உட்கார்ந்து இவைகளை ஆர்வத்துடன் கேட்பார்கள்.
இந்த இசைவாணர்கள் ஐரிஷ் பாடல்களை திரும்பத் திரும்பப்

பாடி அந்த மக்களின் மனத்தில் அவைகளைப் பதிய வைத்தார்கள். காற்றில் கலந்து வந்த வயல்களின் முற்றிய பயிர்களின் சரசரக்கும் ஓசையின் பின்னணியில் இவர்களின் இசைவெள்ளம் அடிமைப்பட்டுக் கிடந்த ஐரிஷ் மக்களை மகிழ்ச்சிக்குள்ளாக்கியது. இந்த நிகழ்ச்சிகள் நடக்கும் நேரத்தில் பல ஐரிஷ்காரர்கள், யாராவது எதிரிகள், ஒற்றர்கள், உளவாளிகள் வருகிறார்களா என்பதைக் கண்காணித்துக்கொண்டு இருப் பார்கள்.

இவ்வாறு, ஐரிஷ் மக்கள், தங்களுடைய கலாசார, மொழியியல் மரபுகளைத் தொடர்ந்து பாதுகாத்து வைத்து அவை அழிந்து விடாமல் பாதுகாத்ததில் இத்தகைய புதர்வேலி ஆசிரியர் களுக்கும், இசைவாணர்களுக்கும் பெரும் பங்கிருந்தது. இவ்வாறு கெய்ல் கலாச்சாரம் என்ற ஐரிஷ் கலாசாரமானது அழிந்துவிடாமல் பாதுகாக்கப்பட்டது.

இது ஓராண்டல்ல, ஈராண்டல்ல, ஏறத்தாழ ஒரு நூற்றாண்டு காலம் நீடித்தது. மக்களால் உருவாக்கப்பட்ட கலாசாரம், அடக்கு முறையால் மறைந்துவிடாது என்பதை ஐரிஷ் வரலாறு உலகுக்கு உணர்த்தியது.

9. பொருளாதார ஒடுக்குமுறை

அயர்லாந்து

இங்கிலாந்தின் காலனி ஆதிக்கக் கொள்கை அயர்லாந்தின் பொருளாதாரத்தைச் சிதைத்த தோடு மட்டுமல்லாமல், அடிப்படை யிலேயே அதற்கு வேட்டும் வைத்தது.

17-வது நூற்றாண்டில், இங்கிலாந்துக்கு அதிக அளவில் கொழுத்த ஆடு, மாடுகளை ஏற்றுமதி செய்வதன் மூலம் அயர்லாந்து லாபகரமான தொழிலைச் செய்து வந்தது. இதற்கு, இங்கிலாந்தில் ஆடு மாடுகளை மேய்த்து வளர்த்து வந்தவர்கள் எதிர்ப்புத் தெரிவித்தனர். எனவே, அதன் காரணமாக மெலிந்த ஆடு, மாடுகளை இங்கிலாந்தின் மேய்ச்சல்காரர்கள் கொழுக்க வைப்பதற்காக அயர்லாந்துக்காரர்கள் அவற்றை இங்கிலாந்துக்கு அனுப்பி வைத்தனர். இதற்கும் இங்கிலாந்தில் ஆடு, மாடு வளர்த்து வந்த விவசாயிகள் எதிர்ப்புத் தெரிவித்தனர். எனவே, அந்த வர்த்தகமும் நிறுத்தப்பட்டது. பின்னர், வேறுவழியின்றி அயர் லாந்துக்காரர்கள் ஆடு, மாடுகளைக் கொன்று அவற்றின் இறைச்சியை ஏற்றுமதி செய்தனர். இதற்கு, இங்கிலாந்திலிருந்த ஆடு, மாடு அறுப்பவர்கள் எதிர்ப்புத் தெரிவித்தனர். ஆகையால் அந்த வர்த்தகமும் தடை செய்யப்பட்டது. இறுதியாக உப்பிடப் பட்ட மாடு, பன்றி இறைச்சியை பீப்பாய்களில் அடைத்து அயர்லாந்துக்காரர்கள் இங்கிலாந்துக்கு ஏற்றுமதி செய்தனர். இது, இங்கிலாந்தின் கடற்படைக்கும், வர்த்தகக் கப்பல்களுக்கும் தேவைப்பட்டதால் எவ்வித எதிர்ப்புமின்றி அனுமதிக்கப்பட்டது.

அயர்லாந்தின் மற்றொரு முக்கியத் தொழிலான கம்பளித் தொழிலை எடுத்துக் கொள்வோம். ஐரிஷ்காரர்கள் தயாரிக்கும் கம்பளி சிறந்த தரமுள்ளது. 1690-ம் ஆண்டுக்குப் பிறகு இந்தத் தொழில் வேகமாக வளர்ச்சியடைந்தது. இதைக்கண்ட இங்கிலாந்து ஆதரவு அயர்லாந்து நாடாளுமன்றம், கம்பளி ஏற்றுமதி மீது வரி விதித்தது. இங்கிலாந்து நாடாளுமன்றமும் இத்தகைய இறக்குமதிகள் மீது பெரும் இறக்குமதி வரி விதித்தது. அது மட்டுமல்ல! இங்கிலாந்தில் தயாராகும் கம்பளியைவிட அயர்லாந்தில் தயாராகும் கம்பளியையே ஐரோப்பிய கண்டத்து நாடுகள் விரும்பி வாங்குவதைக் கண்டு ஆத்திரமடைந்த இங்கிலாந்தின் நாடாளுமன்றம், கச்சா கம்பளி நூல் உள்ளிட்டு அனைத்துவித கம்பளிகளும் அயர்லாந்திலிருந்து ஏற்றுமதி செய்யப்படக்கூடாதென்று தடை விதித்தது. இவைகள், இங்கிலாந்து மற்றும் வேல்ஸ் பகுதிக்கு மட்டுமே ஏற்றுமதி செய்யப்படலாம் என்றும் அறிவிக்கப்பட்டது. இங்கிலாந்தின் கம்பளி உற்பத்தியாளர்களுக்கு அயர்லாந்தின் கச்சா கம்பளி நூல் தேவைப்பட்டதால், அதற்கு மட்டும் இங்கிலாந்தில் இறக்குமதி வரி விதிக்கப்படவில்லை.

தங்களுடைய நாட்டின் உள் நாட்டுச் சந்தையை மட்டுமே நம்பி வாழ முடியாத நிலை ஏற்பட்டதால் அயர்லாந்தின் கம்பளி தயாரிப்பாளர்கள் ஜெர்மனி, ஹாலந்து, பெல்ஜியம், பிரான்ஸ் மற்றும் ஸ்பெயின் போன்ற நாடுகளில் குடியேறி அங்கே தங்கள் தொழிலைத் தொடங்கினர். ஆனால், அவர்களும், தங்கள் தொழிலுக்குத் தேவையான கம்பளி நூலை, அயர்லாந்திலிருந்து வரும் நூல் கடத்தல் மூலம்தான் பெறவேண்டியிருந்தது.

அயர்லாந்தின் லினன் தொழில் தவிர இதர அனைத்துத் தொழில்களின் மீதும் இதே போன்ற கட்டுப்பாடுகள் விதிக்கப் பட்டன. இங்கிலாந்தில் தயாராகும் லினன் துணியை விட அயர்லாந்தின் துணி, தரம் மிகுந்ததாக இருந்ததாலும், பிரெஞ்சு மற்றும் டச்சு லினன் உற்பத்தியாளர்களுடன் இங்கிலாந்து வெற்றிகரமாகப் போட்டியிட அது உதவியதாலும் அதன் மீது மட்டும் தடையோ அல்லது வரியோ விதிக்கப்படவில்லை. லினன் துணி உற்பத்தி என்பதும் அயர்லாந்தில் புரொட்டஸ் டாண்ட் மக்கள் வசிக்கும் பகுதியில்தான் ஊக்கமூட்டி வளர்க்கப் பட்டது. கத்தோலிக்க மக்கள் வசிக்கும் பகுதியிலும் இதே

போன்ற ஊக்கமூட்டல் அளிக்கப்பட்டிருந்தால், அங்கேயும்கூட இந்தத் தொழில் வளர்ச்சியடைந்திருக்கக் கூடும்.

அயர்லாந்தில் பல தொழில்கள் வளர முடியாதபடி தடுத்ததன் காரணமாக, ஐரிஷ் குத்தகையாளர்களிடமிருந்து பெரும் செல்வத்தைக் குத்தகையாகப் பெற்ற ஆங்கிலேய - ஐரிஷ் நிலப்பிரபுக்கள், வேறு வழியின்றி அவற்றை இங்கிலாந்தில் தயாரிப்புத் தொழில்களில் முதலீடு செய்யும்படியான ஓர் நிலைமை உருவாக்கப்பட்டது.

வர்த்தக நிலைமை இவ்வாறு இருந்ததென்றால், விவசாயிகளின் நிலைமை அதைவிட மோசமாக இருந்தது. அயர்லாந்தின் மிகப் பெருமளவு நிலப்பரப்பு, ஸ்தலத்தில் இல்லாத ஆங்கிலேய நிலப்பிரபுக்களுக்குச் சொந்தமாக இருந்தது. அவற்றில் மிகப்பெரும் பகுதி, ஸ்தலத்தில் இருந்த பெருந்தனக்காரர்களுக்கு நீண்டகால குத்தகையாகவிடப்பட்டிருந்தது; அல்லது யூக வாணிபக்காரர்களுக்குக் குத்தகையாக விடப்பட்டிருந்தது. அவர்கள், அந்த நிலப்பகுதிகளை சிறு, சிறு பண்ணைகளாக்கி உள் குத்தகைக்குவிட்டனர். சுதந்தரமாக நில உரிமை பெற்றவர்களில் மிகப்பெரும் பகுதியினர், இங்கிலாந்திலிருந்து அழைத்து வரப்பட்ட புரொட்டஸ்டாண்ட் பகுதியினர் ஆவர். கத்தோலிக்கப் பகுதியைச் சேர்ந்த பலருக்குக் குறுகிய கால குத்தகை மட்டுமே கொடுக்கப்பட்டது.

விவசாய மக்களில் மிக அதிகப்படியான எண்ணிக்கையில் இருந்தவர்கள், குடிசைத் தொழிலாளிகள் எனப்படுவர். இவர்க ளுடைய நிலைமையானது விவசாயக் கூலித் தொழிலாளி களுக்கும், நிலமுடைய விவசாயிகளுக்கும் இடைப்பட்டதாக இருந்தது.

ஒரு தொழிலாளி கூலிக்கு அமர்த்திக் கொள்ளப்பட்டவுடன் அவருக்கு ஒரு துண்டு நிலம் அளிக்கப்படும். இது, அரை ஏக்கர் அல்லது ஒரு ஏக்கர் பரப்புடையதாகவிருக்கும். இந்தத் துண்டு நிலம் கிடைத்ததும் அதில் இந்தத் தொழிலாளி ஒரு குடிசையைப் போட்டுக் கொள்ளலாம். இந்த நிலத்தில் தானும், தன்னுடைய குடும்பத்தினரும் உயிர் வாழ்வதற்காக அவர் உருளைக்கிழங்கு பயிரிட்டுக் கொள்ளலாம். இது தவிர, அவருடைய ஒரு பசுவோ அல்லது பசுக்களோ புல் மேய்ந்து கொள்வதற்கு இடம் விடப்படும். உருளைக்கிழங்கு பயிரிட்ட நிலத்துக்கும், பசு

58

மேய்ச்சல் நிலத்துக்கும் அவர் தர வேண்டிய குத்தகை, அவருக்குத் தரப்பட வேண்டிய கூலியிலிருந்து கழித்துக் கொள்ளப்படும். உபரியாக உள்ள கூலி மட்டும் பணமாகவோ அல்லது தானியமாகவோ அவருக்கு அளிக்கப்படும்.

சிறு பண்ணையின் குத்தகையாளருக்கு அதிலிருந்து கிடைக்கும் வருமானம் போதாத நிலையிருந்தால் அவர், தன்னுடைய நில உடமையாளரிடம் கூலி வேலைக்குப் போக வேண்டியிருந்தது. இதனால் அவருடைய வாழ்க்கை நிலைமை என்பதும் கிட்டத்தட்ட குடிசைத் தொழிலாளியின் நிலைமையைப் போன்றே இருந்தது. இந்தச் சிறு குத்தகையாளரும், தொழிலாளியும் நில உரிமையாளருடைய எருதுக்கோ அல்லது பொலி காளைக்கோ பணிவிடை செய்ய வேண்டும் என்ற நிலையும் இருந்தது.

விவசாய மக்களின் பிரதான உணவென்பது உருளைக்கிழங்கும், மோரும் ஆகும். இடைப்பட்ட காலங்களில் ஓட்ஸ் தானியம் உணவாக இருக்கும். கோதுமை பிரதானமாக நகரங்களில் விற்பனை செய்வதற்காகப் பயிரிடப்பட்டது. பார்லி பயிர் செய்வதென்பது சாராயம் தயாரிப்பதையே நோக்கமாகக் கொண்டிருந்தது. வெண்ணை, பாலாடைக் கட்டி போன்ற பால் பொருள்களும், கோழி முட்டை, பன்றி இறைச்சி போன்றவையும் பண்ட மாற்றுக்கான முக்கியப் பொருள்களாக விளங்கின.

அயர்லாந்தின் நிர்வாகமென்பது வைஸ்ராய், பிரதமர், செயலாளர் மற்றும் அமைச்சர்களைக் கொண்டதாகும். அமைச்சர்கள் எனப்படுபவர், வைஸ்ராயால் நியமிக்கப்படுவர். வைஸ்ராயும் பிரதமச் செயலாளரும் இங்கிலாந்து அமைச்சரவையினால் நியமிக்கப்படுவார்கள். அதற்கான நேரடிப் பொறுப்பு, இங்கிலாந்து அரசாங்கத்தின் பிரதமச் செயலாளரைச் சாரும்.

இங்கிலாந்தின் நாடாளுமன்றத்தைப் போலவே அயர்லாந்தின் நாடாளுமன்றமும் ‘பாரோக்கள்’ என்றழைக்கப்பட்ட போலித்தனமான தொகுதிகளைக் கொண்டதாகும். உண்மையில் இத்தகைய தொகுதி என்று எதுவும் கிடையாது. ஒரு குறிப்பிட்ட இடத்தைச் சுற்றியுள்ள பகுதி ஒரு ‘பாரோ’ என்று கூறப்படும். அங்கே, மக்கள் வசிக்க வேண்டிய அவசியமில்லை. சில நேரங்களில் கடல் பரப்பில் சில ‘பாரோக்கள்’ உள்ளன என்று கூறப்படுவதுண்டு. அதுவும் ஒரு தொகுதியாகக் கருதப்படும்.

கத்தோலிக்கர்களுக்கு வாக்குரிமை கிடையாது. சொத்துரிமை உள்ள புரொட்டஸ்டாண்டுகளுக்கு மட்டுமே வாக்குரிமை உண்டு. வாக்காளர்கள் எனப்படுபவர் ஒரு தொகுதியில் 4 பேர், 5 பேர் இருப்பார்கள். அவர்களும் ஒரு குறிப்பிட்ட நிலப்பிரபு குடும்பத்தைச் சேர்ந்தவர்களாகவே இருப்பார்கள். இல்லையென்றால் பணத்தைக் கொடுத்து அவர்களுடைய வாக்குரிமை பெறப்படும். இவ்வாறு 1778-ம் ஆண்டு விவரப்படி, அயர்லாந்து நாடாளுமன்றத்திலிருந்த 300 இடங்களில் 219 இடங்கள் சொத்துரிமைக்காரர்களுக்கென்றும், 81 இடங்கள் மற்றவர்களுக்கென்றும் ஒதுக்கப்பட்டிருந்தன. பணம் உள்ளவர்கள் அந்தத் தொகுதியையும் 'வாங்கி' விடலாம்.

நான்கு பெரும் நிலப்பிரபுக்களின் குடும்பங்கள் இந்த நாடாளுமன்றத்தில் பெரும்பான்மை பெற்றிருந்தன.

இது வெறும் 'பொம்மை' நாடாளுமன்றமே. அது இயற்றும் சட்டங்கள் எதுவும் அமலாக்கப்பட முடியாது. இங்கிலாந்தின் நாடாளுமன்றம் இயற்றும் சட்டங்கள் மட்டுமே அமலாக்கப்படும்.

ஐரிஷ் நில உடமைக் கூட்டமானது, தங்களுடைய வருமானம் முழுவதையும் இங்கிலாந்தில் முதலீடு செய்து வந்ததால், அவர்களுக்கு ஐரிஷ் வர்த்தகம் என்பதையோ அல்லது ஐரிஷ் பொருள்கள் தயாரிப்பு என்பதையோ முன்னேற்ற வேண்டுமென்பதில் ஆர்வம் இல்லாது போயிற்று.

தங்கள் நாட்டுத் தொழில்களை இங்கிலாந்து வளரவிடாமல் செய்ததையும் அதன்மீது கட்டுப்பாடுகள் விதிப்பதையும், தங்கள் நாட்டை அது காலனியாக வைத்துக் கொள்ளையடித்து வருவதையும் கண்டு ஐரிஷ் வர்த்தகர்களும், உற்பத்தியாளர்களும் கடும் அதிருப்தி கொண்டிருந்தனர்.

டப்ளின் நகரிலிருந்த செயின்ட் பாட்ரிக் தேவாலயத்தின் 'டீன்' ஆக இருந்த ஜோனாதன் ஸ்விப்ட் இவ்வாறு கடுமையான கருத்துக் கொண்டிருந்தவர்களில் ஒருவராவார். அயர்லாந்து அரசாங்கத்துக்காக, ஒரு புதிய செப்புக்காசு உருவாக்கும் வேலையை இங்கிலாந்திலுள்ள நாணய உற்பத்தி தொழிற்சாலைகளுக்குக் கொடுத்ததை வன்மையாகக் கண்டித்திருந்தவர்களில் இவரும் ஒருவர். 'டிரேபியர் கடிதங்கள்' என்ற தலைப்பில்

இவர் எழுதிய தொடர்ச்சியான நான்கு கடிதங்கள், அயர்லாந்தில் பெரும் பரபரப்பை ஏற்படுத்தின. இவற்றின் விளைவாக, அயர்லாந்தின் பொம்மை நாடாளுமன்றம் கூட, இங்கிலாந்தின் இந்த நடவடிக்கைக்கு எதிர்ப்புத் தெரிவிக்கும்படி நிர்ப்பந்திக்கப் பட்டது.

ஆனால், இங்கிலாந்தின் நாடாளுமன்றம் இந்த எதிர்ப்பைப் பொருட்படுத்தவில்லை. ஜோனாதன் ஸ்விப்ட் தனது கடிதம் ஒன்றில் பின்வருமாறு கூறினார் : 'இங்கிலாந்து நாடாளுமன்றத் தின் இரு அவைகளும் நிறைவேற்றிய தீர்மானத்தை, இங்கி லாந்திலுள்ள எவரொருவராவது இவ்வாறு அலட்சியப் படுத்துவார்களா? இங்கிலாந்துக்காரர்களைப்போல ஐரிஷ் மக்கள் சுதந்தரமானவர்களில்லையா? அவர்களுடைய நாடாளு மன்றம் பிரதிநிதித்துவமுடையது இல்லையா?'

அவர் மேலும் கூறினார் :

'ஆளப்படுவோரின் சம்மதம் பெறாத அனைத்து அரசாங்கங் களும் அடிமைத்தனத்தைக் கொண்டதென்றே பொருள்படும்; உண்மையில் ஆயுத பாணிகளான 11 பேர் ஒரு தனி மனிதனை அடக்கிவிட முடியும்.'

ஓராண்டுக் காலத்துக்குப் பின் 'எளிமையான ஆலோசனை' என்ற புத்தகத்தை ஜோனாதன் ஸ்விப்ட் எழுதினார். அதில், ஐரிஷ் நிலப்பிரபுத்துவ வர்க்கமும், இங்கிலாந்தும் ஒரே நலனைக் கொண்டிருக்கிறதென்று கூறி அவற்றைச் சாடியதோடு, அவ்விரண்டும்தான் அயர்லாந்தின் அப்பட்டமான எதிரிகள் என்றும் சுட்டிக் காண்பித்தார்.

ஸ்விப்ட் எழுதிய இந்தப் புத்தகமும், அவருடைய 'டிரேபியர் கடிதங்களும்' ஐரிஷ் தேசிய உணர்வு கிளப்பிவிடப்படுவதற்கான ஆரம்பமாக அமைந்தன. அதிலிருந்து, ஐரிஷ் நாடாளுமன்றத்தில் தேசபக்த உணர்வு தனது எதிர்ப்புக் குரலை ஒலிக்கத் தொடங்கியது.

10. விவசாயக் கிளர்ச்சிகள்

அயர்லாந்து

18-ம் நூற்றாண்டின் பிற்பகுதியில் கொடிய நிலப்பிரபுத்துவச் சுரண்டல் காரணமாக, ஐரிஷ் விவசாய மக்களிடையே பெரும் கொந்தளிப்பு ஏற்பட்டது. உழைப்பு மூலம் குத்தகை, வருடக் குத்தகை எடுத்திருந்த ஏழை, எளிய குத்தகை விவசாயிகள் நிச்சய மற்ற நிலையை எதிர்நோக்க வேண்டி இருந்தது. அவர்கள் பாடுபட்டு வந்த துண்டு நிலங்கள், இடைத் தரகர்களால் ஏலம் மூலம் குத்தகைக்கு விடப்பட்டது. உழுது பயிரிடப்பட்டு வந்த நிலங்கள், அதிக லாபம் பெறும் பொருட்டு மேய்ச்சல் நிலங்களாக, பெரும் நிலப்பகுதிகளாக ஏலத்தில் விடப்பட்டன.

இதன் காரணமாக அந்த நிலங்களில் பாடுபட்டு வந்த லட்சக்கணக்கான விவசாயிகள், வேலைவாய்ப்பின்றி, வாழ வழியின்றி பட்டினியாலும், பசியாலும் வாடினர்.

இவை அனைத்தின் விளைவாக, 1761-ம் ஆண்டில் விவசாய மக்களின் பொது எழுச்சி வெடித்தது. பொது மேய்ச்சல் நிலங்களை, நிலப்பிரபுக்கள் கைப்பற்றி சுவர் வேலி போட்டு வைத்திருந்தனர். அவற்றையெல்லாம் விவசாயிகள் இரவோடு இரவாகத் தகர்த்தெறிந்தனர். பள்ளங்களை நிரப்பினர். புல் தரைகளை உழுதனர்; முன்பிருந்த நிலையிலேயே அந்த நிலங் களை வைத்தனர்.

இந்தத் தாக்குதலுக்குப் போகும் அனைத்துக் கிளர்ச்சியாளர்களும் தங்கள் அடையாளத்தை மறைத்துக் கொள்வதற்காகத் தங்கள் உடைகளுக்கு மேல் ஒரு வெள்ளைச் சட்டையை அணிந்து கொள்வதுண்டு. இதனால் இந்த இயக்கத்துக்கு 'வெள்ளைப் பையன்கள் இயக்கம்' என்ற பெயர் ஏற்பட்டது.

அவ்வப்போது அங்குமிங்குமாகத் தொடங்கப்பட்ட இந்தக் கிளர்ச்சி, படிப்படியாக அயர்லாந்து முழுவதிலும் ஒரு நிரந்தர எதிர்ப்பியக்கமாக உருவெடுத்தது. முதுகை முறிக்கும் குத்தகை, நிலவெளியேற்றம், நிலத்தைப் பறிப்பது போன்றவை களுக்கெதிரான போராட்டமாக இது வலுப்பெற்றது. அத்துடன், கூலியைக் குறைத்துத் தரும் நில உடமையாளர்கள் மற்றும் நிலப்பிரபுக்களின் போக்கை எதிர்த்தும் போராட்டங்கள் வெடித்தன.

இந்த இயக்கமானது, சில சமயங்களில் பயங்கரவாத நடவடிக்கைகளிலும் இறங்கியது. பயமுறுத்தல் கடிதங்கள் அனுப்புவது, நிலப்பிரபுக்கள் வீடுகளுக்குள் புகுந்து அவர்களைத் தாக்குவது, முட்கள் நிரம்பிய குழிகளில் அவர்களை நிர்வாண மாகத் தள்ளிவிடுவது போன்ற நடவடிக்கைகளில் இவர்கள் ஈடுபட்டனர். சில சமயங்களில் அவர்களுடைய ஆடு, மாடுகளையும் அங்கஹீனமாக்கினர்.

பொதுவாகக் காணும்போது இந்த அமைப்பானது, குத்தகை யாளர் பாதுகாப்புக் கழகமாகவும், விவசாயத் தொழிலாளிகள் சங்கம் போன்றும் செயல்பட்டது என்பதுடன் விவசாய மக்களிடையே ஒருமைப்பாட்டிற்கான ஒரு நெறிமுறையையும் உருவாக்கியது. இது, பொதுவாகப் பின்பற்றப்பட்டது.

1761-ம் ஆண்டிலிருந்து 1778-ம் ஆண்டுக்கு இடைப்பட்ட காலத்தில் நிலப்பிரபுக்களும், அரசாங்கமும் இந்தக் கிளர்ச்சி யாளர்கள் மீது கடுமையான ஒடுக்குமுறைகளை ஏவிவிட்டன. ராணுவப் படைப்பிரிவுகள் அனுப்பப்பட்டு சந்தேகப்படு பவர்கள் அனைவரும் கைது செய்யப்பட்டனர். ஏராளமானோர் தூக்கிலிடப்பட்டனர். 'வெள்ளைப் பையனாக' சபதம் ஏற்றாலோ, அதற்கு உதவினாலோ மரண தண்டனை விதிக்கப் படும் என்று அறிவிக்கப்பட்டது. ஒரு இடத்தில் அது அழிக்கப் பட்டால் மற்றொரு இடத்தில் அது தலை தூக்கியது.

வேறு சில இடங்களில் நிலப்பிரபுக்களுக்கு எதிராகக் கத்தோலிக்கர்களும், புரொட்டஸ்டாண்டுகளும் சேர்ந்து போராடினர். புரொட்டஸ்டாண்ட் ஏழை, எளிய மக்கள் 'உருக்குப் பையன்கள்' என்ற அமைப்பை உருவாக்கினர். ஆனால் இந்த அமைப்பு, 'வெள்ளைப் பையன்கள்' அமைப்பைப்போல ஒடுக்கப்படவில்லை. ஆனால், இறுதியில் இந்த 'உருக்குப் பையன்கள்' அமைப்பைச் சேர்ந்தவர்களை அமெரிக்காவுக்குப் போய் குடியேறும்படி நிலப்பிரபுக்கள் விரட்டியடித்தனர்.

இத்தகைய விவசாய எழுச்சிகள், கிளர்ச்சிகள் மற்றும் போராட்டங்கள் ஆகியவை ஐரிஷ் நாடாளுமன்றத்தில் எதிர்த்தரப்புக்குக் கூடுதல் வலுவை அளித்ததோடு ஐரிஷ் தேசிய இயக்கம் தோன்றுவதற்கான வழியையும் திறந்துவிட்டது.

11. தொண்டர் படை

அயர்லாந்து

இங்கிலாந்தின் பிடியிலிருந்து விடுபடு வதற்காக, 1775-ம் ஆண்டில் தொடங்கிய அமெரிக்க சுதந்தரப் போர் ஐரிஷ்காரர்களின் பெரும் ஆதரவைப் பெற்றது. ஆனால் இந்த யுத்தத்தினால் அயர்லாந்துக்குப் பெரும் இழப்பு ஏற்பட்டது. அதனுடைய லாபகர மான தொழிலான லினன் ஏற்றுமதி பெரிதும் பாதிக்கப்பட்டது. அது தவிர, மாட்டிறைச்சி மற்றும் பன்றி இறைச்சியைப் பதப்படுத்தி டப்பாக்களில் அடைத்து அயர்லாந்திலிருந்து ஏற்றுமதி செய்யப்பட்டு வந்ததையும் இங்கிலாந்து முற்றிலும் தடை செய்துவிட்டது.

அயர்லாந்து நாடாளுமன்றம், இந்தப் போரில் இங்கிலாந்துக்கு ஆதரவாக இருப்பதென்றும், தனது படைகளை அது முழுமை யாகப் பயன்படுத்திக் கொள்ள அனுமதிப்பதென்றும், அமெரிக்கர்களுக்கு எதிராகப் போராட படை திரட்டுவதற்கு பணம் ஒதுக்குவதென்றும் முடிவு செய்தது. இதைக் கண்டு அயர்லாந்து மக்கள் பெரும் ஆத்திரமடைந்தனர். தங்கள் எதிர்ப்பைப் பலமாக வெளிப்படுத்தினர்.

இந்த நேரத்தில் ஒரு முக்கியமான சம்பவம் நடைபெற்றது. பிரான்ஸ் நாடும், ஸ்பெயின் நாடும் இந்த யுத்தத்தில் அமெரிக்காவுக்கு ஆதரவாக இறங்கின. இதைத்தொடர்ந்து

பிரெஞ்சு மற்றும் அமெரிக்கக் கடற்படை, அயர்லாந்தின் வடக்குப் பகுதியில் எந்த நேரத்திலும் இறங்கலாமென்று அயர்லாந்துக்கு இங்கிலாந்து அறிவித்தது. தனது படைகளை ஏற்கெனவே இங்கிலாந்துக்கு அனுப்பிவிட்டதால், அயர் லாந்தைப் பாதுகாக்கத் தன்னிடம் படை கிடையாதென்று அயர்லாந்து கையை விரித்தது. பிரஜைகள் தங்களைத் தாங்களே பாதுகாத்துக் கொள்ள வேண்டுமென்று அது கூறியது.

பெல்பாஸ்ட் நகர மக்கள் வெகு விரைவில் ஒரு தொண்டர் படையை உருவாக்கினர். அவர்களுக்குச் சீருடைகளும், ஆயுதங் களும் வழங்கப்பட்டன. பொதுமக்களிடம் பணம் வசூலித்து குறு பீரங்கிகள் வாங்கப்பட்டன. தங்களுடைய அதிகாரிகளை அவர்கள் தாங்களே தேர்ந்தெடுத்தனர். அனைவருக்கும் தீவிர ராணுவப் பயிற்சி அளிக்கப்பட்டது. 1779-ம் ஆண்டின் இறுதிக்குள் 1 லட்சம் பேர் பயிற்சி அளிக்கப்பட்டனர்.

இது அயர்லாந்தில் ஒரு புதிய அரசியல் திருப்பத்தை ஏற்படுத்தியது. இங்கிலாந்து அரசாங்கம் தனது காலனியான அயர்லாந்தைப் பாதுகாக்க திறனற்றது என்பதையும், தங்கள் உறுதி மற்றும் திறமைதான் தங்களைக் காப்பாற்றக் கூடிய தென்பதையும் அயர்லாந்து மக்களுக்கு, குறிப்பாக புரொட்டஸ் டாண்டுகளுக்கு உணர்த்தியது. தொண்டர்களைச் சேர்க்கும் ஒவ்வொரு கூட்டமும் ஒரு கிளர்ச்சிக் கூட்டமாக இருந்தது. ராணுவப் பயிற்சி அளிக்கும் நிகழ்ச்சிகள் அனைத்தும் இங்கி லாந்துக்கு எதிர்ப்பைத் தெரிவிக்கும் கூட்டமாகவே முடிந்தன. பல அமைப்புகள் தோன்றின. இவற்றின் உறுப்பினர்கள், தாங்கள் இங்கிலாந்துடன் வர்த்தகம் எதுவும் செய்வதில்லை என்றும், அவ்வாறு வர்த்தகம் நடத்துவோருடன் சேருவதில்லை என்றும் உறுதி பூண்டனர்.

ஆங்கிலேய அரசாங்கம் இந்தப் போக்குகளைக் குறித்து கவலை கொண்டது. தொண்டர் படை இயக்கத்தைப் பயமுறுத்தும் பொருட்டு பீதிகளைக் கிளப்பிவிட்டது. தொண்டர் படையைப் பயன்படுத்தி, கத்தோலிக்கர்கள், ஆயுதங்களைக் குவித்து வருகிறார்களென்ற பீதியைக் கிளப்பி புரொட்டஸ்டாண்டு களைப் பயமுறுத்தப் பார்த்தது. இதனால், தொண்டர் படையில் சேர வேண்டாமென்று கத்தோலிக்கர்களை, புரொட்டஸ்டாண்ட் எதிர்க்கட்சித் தலைவர்கள் கேட்டுக்கொண்டனர். கத்தோலிக்கர் கள் அதற்குச் சம்மதித்ததோடு, புரொட்டஸ்டாண்ட் தொண்டர்

களுக்கு ஆயுதங்கள் வாங்க பெரும் தொகையை வசூல் செய்தும் கொடுத்தனர். கத்தோலிக்கர்களையும், புரொட்டஸ்டாண்டு களையும் பிரித்து வைக்க நினைத்த ஆங்கிலேய அரசாங்கத்தின் திட்டமானது உண்மையில் அவர்களை ஒன்று சேர்த்தது.

கத்தோலிக்கர்கள் பெருமளவில் நிலம் வைத்துக்கொள்ளக் கூடாது என்றும், பணிகளில் ஈடுபடக் கூடாதென்றும் தடைச் சட்டங்கள் இருந்ததால் வசதிபடைத்த கத்தோலிக்கர்கள் தங்கள் பிள்ளைகளை வர்த்தகத்திலும், பொருள்கள் தயாரிப்பிலும் ஈடுபடுத்தியிருந்தனர். தங்களது வர்த்தகத்தை முடக்கி வந்த இங்கிலாந்தை எதிர்த்து ஒரு பொதுவான போராட்டம் உருவாகி வந்ததைக் கத்தோலிக்கர்கள் வரவேற்றார்கள். இங்கிலாந்துக் கெதிராகப் போராட வேண்டியிருந்த அயர்லாந்து முதலாளித் துவ வர்க்க ஒருமைப்பாடு, கத்தோலிக்கர்கள் மீதிருந்த தடைகளைச் செயலிழக்கச் செய்தது. இவை அனைத்தும் சேர்ந்து நவீன வடிவில் ஓர் ஒன்றுபட்ட அயர்லாந்து நாடு உருவாவதற் கான அடித்தளத்தை அமைத்தது.

இந்தக் காலகட்டத்தில் ஹென்றி கிரட்டன் என்ற டப்ளின் நகர வழக்கறிஞர் மிகப் பிரபலமானவராக விளங்கினார். தனது வாக்கு வன்மையாலும், விடா முயற்சியாலும் தொண்டர் படைக்கு உற்சாகமூட்டிய அவர், அயர்லாந்து நாடாளு மன்றத்தின் தேசபக்த எதிர்க்கட்சிக்குத் தலைவராக விளங்கினார். ஒரு சுதந்தரமான ஏற்றுமதி வர்த்தகம் வேண்டுமென்ற தேசியக் கோரிக்கையை அவர் நாடாளுமன்றத்தில் எதிரொலித்தார். அன்றிருந்த நிலைமையும் அதற்கு ஏற்றாற்போல் இருந்தது.

அமெரிக்காவுடனான யுத்தத்தில் இங்கிலாந்து அடிமேல் அடி வாங்கி வந்ததும், இங்கிலாந்திலேயே பெரும் குமுறல் உருவாகி வந்ததும், அயர்லாந்து நிர்வாகத்துக்கு இங்கிலாந்திலிருந்து பணம் கிடைக்காததும் சேர்ந்து ஐரிஷ் குரலை வலுவாக்கியது. அயர்லாந்து நிர்வாகம் அதை அடக்க முடியவில்லை.

கிரட்டனின் முயற்சி காரணமாக, சுதந்தர வர்த்தகம் என்ற தீர்மானம், அயர்லாந்து நாடாளுமன்றத்தில் ஏகமனதாக நிறைவேறியது. இங்கிலாந்து அரசாங்கம் இது குறித்து முடிவு எடுக்காமல் காலதாமதம் செய்தது. ஆனால் அயர்லாந்தில் எதிர்ப்பு பலமாக உருவாகவே 1779-ம் ஆண்டு டிசம்பரிலும், 1780-ம் ஆண்டு ஜனவரியிலும் இரண்டு சட்டங்களை அது

நிறைவேற்றியது. அயர்லாந்து வர்த்தகம் மீதான அனைத்துக் கட்டுப்பாடுகளும் இவற்றின் மூலம் அகற்றப்பட்டன.

தங்களுக்குக் கிடைத்த இந்தப் பெரும் வெற்றி மூலம் உற்சாக மடைந்த அயர்லாந்தின் எதிர்க்கட்சி பல புதிய கோரிக்கைகளை முன் வைத்தது. தொண்டர் படையின் ஆதரவும் இந்த எதிர்க் கட்சிக்கு இருந்தது.

1780-ம் ஆண்டு ஏப்ரல் மாதத்தில், கிரட்டன், நாடாளுமன்றத்தில் ஒரு தீர்மானத்தை முன் மொழிந்தார். அயர்லாந்து குறித்து சட்டம் இயற்ற இங்கிலாந்துக்கு அதிகாரம் கிடையாது என்ற தீர்மானத்தை அவர் முன் மொழிந்தார். அதைத் தொடர்ந்து 'கலவர மசோதா' ஒன்றை கிரட்டன் முன்மொழிந்தார். அதற் கடுத்தாற்போல் 'ஹேபியஸ் கார்பஸ்' மசோதா ஒன்றையும் அவர் முன்மொழிந்தார். அதற்குப் பின்னர் 'கத்தோலிக்க நிவாரண மசோதாவை' கிரட்டன் முன்மொழிந்தார்.

அயர்லாந்து நாடாளுமன்றம் நிறைவேற்றிய இந்த மசோதாக் களை, இங்கிலாந்து அரசாங்கம் நிராகரிக்கும் நிலையில் இல்லை. அமெரிக்காவுடனான யுத்தத்தில் இங்கிலாந்துக்கு தோல்வி மேல் தோல்வி கிடைத்ததும், அதனுடைய கடைசி ராணுவம் அமெரிக்காவின் தளபதி ஜார்ஜ் வாஷிங்டனிடம் சரணடைந்ததும் சேர்ந்து இங்கிலாந்தைப் பலவீனமான நிலையில் வைத்தது. எனவே, இந்தப் பின்னணியில் அயர்லாந்து நாடாளுமன்றம் இயற்றிய தீர்மானங்களை ஏற்றுக்கொள்வதைத் தவிர, இங்கிலாந்து அரசாங்கத்துக்கு வேறு வழியில்லை.

இதைத் தொடர்ந்து அயர்லாந்தின் தேசபக்த எதிர்க்கட்சி, 'கத்தோலிக்க நிவாரண மசோதாவை' தனது நாடாளுமன்றத்தில் நிறைவேற்றியது. கத்தோலிக்கர்கள் உயில் எழுதி வைக்கக் கூடாது, வாரிசு சொத்தைப் பெறக் கூடாது அல்லது பண்ணை களை வாங்கக் கூடாது, 999 வருட குத்தகை எடுக்கக் கூடாது என்றிருந்த தண்டனைச் சட்டங்களை இந்த மசோதா ரத்து செய்தது. இதையும் இங்கிலாந்து அரசாங்கம் ஏற்றுக்கொண்டது.

'தொண்டர்கள்' இயக்கம் இந்த வெற்றிகளோடு நின்றுவிட வில்லை. அது, 1782-ம் ஆண்டு பிப்ரவரி மாதம் 12-ம் தேதியன்று ஒரு சிறப்பு மாநாட்டை நடத்தியது. மூன்று அம்சங்கள் கொண்ட ஒரு முக்கியமான தீர்மானத்தை அது இயற்றியது.

'அயர்லாந்து குறித்து சட்டம் இயற்ற மன்னன், அயர்லாந்தின் பிரபுக்கள் அவை மற்றும் பொதுமக்கள் அவை தவிர வேறு யாருக்கும் அதிகாரம் கிடையாது.

இங்கிலாந்தின் பிரிவிகவுன்சில் பயன்படுத்தும் அதிகாரம் சட்டவிரோதமானது. மனிதர்கள் என்ற முறையில், ஐரிஷ்காரர் கள் என்ற முறையில், கிறிஸ்துவர்கள் என்ற முறையில் எங்களுடைய ரோமன் கத்தோலிக்க சக பிரஜைகளுக்கெதிராக விதிக்கப்பட்டிருந்த தண்டனைச் சட்டங்கள் தளர்த்தப்பட்டிருப் பதைக் கண்டு நாங்கள் மகிழ்ச்சி அடைகிறோம். இந்த நடவடிக்கையானது அயர்லாந்தில் வசிக்கும் மக்களிடையே ஒற்றுமையையும், வளத்தையும் கொண்டுவரும் என்று நாங்கள் கருதுகிறோம்.'

இதே போன்ற தீர்மானங்கள் மற்ற மாநிலங்களில் நடைபெற்ற சிறப்பு மாநாடுகளிலும் நிறைவேற்றப்பட்டன.

இவற்றைத் தொடர்ந்து 1782-ம் ஆண்டு பிப்ரவரி மாதத்தில், 'அயர்லாந்துக்காரர்கள் உரிமைப் பிரகடனம்' என்ற மசோதாவை கிரட்டன், நாடாளுமன்றத்தில் முன்மொழிந்தார். இது, ஏப்ரல் 19-ம் தேதி நாடாளுமன்றத்தில் விவாதிக்கப்பட்டது. அன்றைய தினத்தில் மூன்றாவது முறையாக கிரட்டன், இந்தத் தீர்மானத்தை மீண்டும் முன்மொழிந்தார். பலத்த ஆரவாரத்துக்கிடையே அயர்லாந்து நாடாளுமன்றம் இதை ஏற்றுக்கொண்டது. கிரட்டனின் சேவையைப் பாராட்டி, அவர் ஒரு பண்ணையை வாங்கும் பொருட்டு, 50 ஆயிரம் பவுண்டு பணத்தை நாடாளுமன்றம் ஒதுக்கீடு செய்தது.

12. ஒன்றுபட்ட ஐரிஷ்காரர்கள்

அயர்லாந்து

1791-ம் ஆண்டில் தொடங்கிய பிரெஞ்சுப் புரட்சி, தனது தாக்கத்தை அயர்லாந்து மீதும் செலுத்தியது. இதன் விளைவாக 'ஒன்றுபட்ட ஐரிஷ்காரர்கள் கழகம்' என்பது உருவானது.

ஆரம்பத்தில் இது ஒரு மிதவாத அமைப் பாகவே இருந்தது. ஆனால் தியோபால்ட் உல்ட்டோன் என்பவர் இந்த அமைப்புக்குத் தலைமையேற்ற பிறகு, இதன் தன்மையில் பெரும் மாறுதல்கள் ஏற்பட்டன. நாடாளு மன்றச் சீர்திருத்தம் என்பதுதான் இந்தக் கழகத்தின் உடனடி லட்சியமாக இருந்த போதிலும் அதன் தலைவரான டோன், பின்வருமாறு கூறினார் :

'நம்மை ஆட்சிபுரியும் அரசாங்கத்தின் கொடுங்கோன்மையை ஒழிப்பது, நமது அனைத்து அரசியல் தீமைகளுக்கும் வற்றாத ஊற்றாக இருக்கும் இங்கிலாந்துடன் உள்ள உறவை முறித்துக் கொள்வது, என்னுடைய நாட்டின் சுதந்தரத்தை நிலைநாட்டுவது இவைதான் என்னுடைய லட்சியம்.

அயர்லாந்து மக்கள் அனைவரையும் ஒன்றுபடுத்துவது, கடந்த காலத்திய கருத்து மாறுபாடுகள் குறித்த நினைவுகளை அகற்றுவது, புரொட்டஸ்டாண்டுகள், கத்தோலிக்கர்கள் மற்றும் கருத்து மாறுபாடு கொண்டவர்கள் என்ற பிரிவுகளுக்குப் பதிலாக

70

அந்த இடத்தில் ஐரிஷ்காரர்கள் பொதுவான பெயரை ஏற்படுத்துதல் இவையே என்னுடைய வழிமுறைகளாகும்.'

அயர்லாந்து மக்கள்தொகையில் 75 சதவிகிதம் உள்ள கத்தோலிக்க மக்களுக்கு முழு உரிமை கொடுக்க வேண்டும். அவர்களும், புரொட்டஸ்டாண்டுகளும் சேர்ந்து குரல் எழுப்ப வேண்டுமென்று டோன் வெளியிட்ட கருத்தை அயர்லாந்தின் 'கத்தோலிக்க கமிட்டி' வரவேற்றது. ஆனால் ஆட்சி புரியும் பணக்கார புரொட்டஸ்டாண்ட் கோஷ்டி நாடாளுமன்றத்தில் வெளிப்படுத்தும் கத்தோலிக்க - எதிர்ப்பு உணர்விலிருந்து தங்களுக்குப் பாதுகாப்பு வேண்டுமென்பதற்காக, வைஸ்ராய் மூலம் இங்கிலாந்து மன்னனுக்குப் பணிந்துபோகும் கொள்கையைக் கொண்டிருந்த கத்தோலிக்க கமிட்டி, இப்போது நிமிர்ந்து நின்றது. தங்களது கோரிக்கைகளை இதுவரை யாசகம் போல் கோரி வந்த அந்த கமிட்டி முதன் முறையாக, நாட்டு பிரஜைகள் என்ற முறையில் தங்களுக்கு உரிமைகள் வேண்டு மென்று கோரியது. கத்தோலிக்கர்களின் இந்த எழுச்சிகர நிலைப்பாடானது, டோனுக்கு மிகுந்த மகிழ்ச்சியை அளித்தது.

டெல்பாஸ்ட் நகரில் உருவான 'ஒன்றுபட்ட ஐரிஷ்காரர்கள் கழகம்' பெருமளவில் புரொட்டஸ்டாண்டுகளைக் கொண் டிருந்ததென்றால் டப்ளினில் உருவான அந்தக் கழகம், பெருமளவில் கத்தோலிக்கர்களைக் கொண்டிருந்தது. இவை போக, நாடு முழுவதிலும் ஸ்தல அளவில் இந்த அமைப்பின் பிரிவுகள் உருவாயின.

இந்தக் கழகம் பின்வரும் கோரிக்கைகளை முன்வைத்தது.

1. அனைவருக்கும் வாக்குரிமை

2. சம அளவு வாக்காளர்களைக் கொண்ட மாவட்டங்கள்

3. சொத்துத் தகுதி தேவையில்லை

4. வருடாந்திர நாடாளுமன்றம்

5. நாடாளுமன்ற உறுப்பினர்களுக்கு ஊதியம் தரப்பட வேண்டும்.

இந்த அமைப்பு, அரசியல் வகைப்பட்ட கோரிக்கைகளோடு மட்டும் நின்றுவிடவில்லை. சர்ச் நிறுவனங்கள் மற்றும் கப்பம்

கட்டுவது ஒழிக்கப்படவேண்டுமென்று கோரியது. முதுகை முறிக்கும் குத்தகை கூடாது என்று கூறியது. இறுதியில் மிகப் பெருமளவு விவசாயச் சீர்திருத்தம் செய்யப்பட வேண்டுமென்று கோரியது. தங்களுடைய 'நார்த்தர்ன் ஸ்டார்' (வடக்கு நட்சத்திரம்) பத்திரிகையில் 'பெண்களின் உரிமை நிலைநாட்டப் படுகிறது' என்ற மேரி உல்ப்ஸ்டோன் கிராப்டின் கட்டுரையை வரவேற்று எழுதியது.

இந்த அமைப்பு பாரிசிலிருந்த புரட்சிகர ஜாக்கோபின் கழகத்துடனும் நேசபூர்வ கடிதப் போக்குவரத்து நடத்தி வந்தது. இங்கிலாந்தின் தேசிய சிறப்பு மாநாட்டுக்குத் தனது தூதுக்குழுவை அனுப்பி வைத்தது. பிரான்ஸ் நாட்டில் லூயி மன்னன் தூக்கி எறியப்பட்டு குடியரசு மலர்ந்ததும் புதிதாக உருவாக்கப்பட்ட குடியரசுப்படை, அந்நிய விரோதிகளுக் கெதிராகப் போராடி வெற்றிமேல் வெற்றி பெற்று வந்ததும், அயர்லாந்தில் குறிப்பாக, 'ஒன்றுபட்ட ஐரிஷ்காரர்கள்' அமைப்பினரிடையே ஆரவார வரவேற்பைப் பெற்றது.

ஒன்றுபட்ட ஐரிஷ்காரர்கள் அமைப்பை வலுவாக்கியதோடு டோன் நின்றுவிடவில்லை. கத்தோலிக்கர்கள் தங்களுடைய அமைப்பை வலுப்படுத்திக்கொள்ளவும், கிராம மட்டத்திலிருந்து மேல் மட்டம் வரை ஓர் அமைப்பை உருவாக்கி, அதைத் தங்களுடைய நாடாளுமன்றம்போல் செயல்படுத்த வேண்டு மெனவும் அவர் ஆலோசனை நல்கினார். இதனால் உற்சாக மடைந்த சாதாரண கத்தோலிக்க மக்கள், அத்தகையதோர் அமைப்புக்கான செயலில் ஈடுபடத் தொடங்கினர். வசதி மிக்க கத்தோலிக்கர்களும், கத்தோலிக்க மத குருமார்களும் எதிர்த்தனர். அதைத் தடுக்க முயன்றனர். ஆனால் இறுதியில், அனைவரும் அதற்கு ஆதரவாகத் திரண்டனர். ஒரு கத்தோலிக்கச் சிறப்பு மாநாட்டுக்கு ஏற்பாடு செய்யப்பட்டது. இந்த மாநாட்டுக்குக் கத்தோலிக்கர்களின் ஆதரவைத் திரட்டுவதற்காக 'புரொட்டஸ் டாண்டுக்காரரான' டோன் பெரும் சுற்றுப் பயணம் செய்தார்.

இந்தக் கத்தோலிக்கச் சிறப்பு மாநாடு, 1792-ம் ஆண்டு டிசம்பர் 3-ம் தேதியன்று கூடியது. அயர்லாந்து முழுவதிலுமிருந்து 244 பிரதிநிதிகள் கலந்துகொண்டனர். 'கத்தோலிக்க அயர்லாந்தின் கருத்துக்களை வெளிப்படுத்தும் தகுதி பெற்ற ஒரே அமைப்பு, இந்தச் சிறப்பு மாநாடுதான்' என்று அந்த மாநாட்டின் முதல் தீர்மானம் பறைசாற்றியது.

புரொட்டஸ்டாண்டுகளுக்கு இணையாகக் கத்தோலிக்கர் களுக்கும் சம அந்தஸ்து கொடுக்கப்பட வேண்டுமென்று மற்றொரு தீர்மானம் கோரியது. தங்கள் கோரிக்கைகள் குறித்து மன்னனைச் சந்தித்து ஒரு மனுவை அளிப்பதென்றும் இந்த மாநாடு ஏகமனதாக முடிவெடுத்தது.

இந்த முடிவுப்படி, கத்தோலிக்கர்களின் ஒரு தூதுக்குழு லண்ட னுக்குச் சென்று, மன்னனைச் சந்தித்து ஒரு மனுவை அளித்தது. டோனும் இந்தத் தூதுக்குழுவினருடன் சென்றிருந்தார்.

இதைத் தொடர்ந்து 'ரோமன் கத்தோலிக்கர்களின் நிலைமையைக் குறித்து பரிசீலிக்கும்படி அயர்லாந்து நாடாளுமன்றத்துக்கு மன்னர் சிபாரிசு செய்துள்ளதாக, அயர்லாந்தின் வைஸ்ராய் அறிவித்தார். இங்கிலாந்து அரசாங்கம் இவ்வாறு முடிவு செய்ததற்கு ஒரு காரணம் இருந்தது. ஏனென்றால் பிரான்ஸ் நாட்டுடன் எந்த நேரத்திலும் யுத்தம் வெடிக்கலாமென்றே நிலைமை இருந்தது. எனவே, அதற்குள் அயர்லாந்து நிலையை சரியாக்கிக் கொள்ள வேண்டுமென்று இங்கிலாந்து அரசாங்கம் கருதியது.'

அயர்லாந்து அரசாங்கம் இங்கிலாந்து அரசாங்கத்தின் கட்டளையை வேண்டா வெறுப்பாக ஏற்றுக்கொண்டது. ஆனால், தில்லுமுல்லுகள் மூலம் அது, புரொட்டஸ்டாண்டு களுக்கு இணையான சமத்துவத்தைக் கத்தோலிக்கர்களுக்கு அளிக்காமல் அதைவிட குறைந்த அளவிலேயே அளித்தது. கத்தோலிக்கர்கள் கமிட்டியின் பெரும்பான்மையோர் அதை ஏற்கும்படியும் அயர்லாந்து நிர்வாகம் செய்தது. டோன், இதைக் கடுமையாக எதிர்த்தார்.

1793-ம் ஆண்டில் கத்தோலிக்க நிவாரணச் சட்டம் கொண்டுவரப் பட்டது. அது, கத்தோலிக்கர்களுக்கு வாக்குரிமை அளித்தது. ஆனால் நாடாளுமன்றத்துக்குப் போட்டியிடுவதற்கோ, உயர் சட்டத்துறை, சிவில், நிர்வாகம், ராணுவம், கடற்படை போன்ற வற்றின் உயர் பதவிகளுக்கு வருவதற்கோ கத்தோலிக்கர்களுக்கு உரிமை தர மறுத்தது. சாதாரண பொதுப்பதவிகளில் கத்தோலிக் கர்கள் சேரலாமென்றும் அந்தச் சட்டம் அனுமதியளித்தது.

இந்தச் சட்டத்தில் பல குறைபாடுகள் இருந்த போதிலும், அயர்லாந்தில் அது, முதல் தடவையாகக் கத்தோலிக்கர்களுக்கு

பல உரிமைகளை வழங்கியது. இது, கத்தோலிக்க கமிட்டிக்கு திருப்தி அளித்தது.

கத்தோலிக்கர் நலனுக்காக, டோன் செய்த சேவையைப் பாராட்டி அங்கீகரிக்கும் வகையில், கத்தோலிக்க கமிட்டி அவருக்கு 1,500 பவுண்டு பணத்தையும், ஒரு தங்க மெடலையும் பரிசளித்தது. அவர் அதை மகிழ்ச்சியோடு பெற்றுக்கொண்டார்.

சூழ்நிலைகளின் நிர்ப்பந்தத்தின் விளைவாக, அயர்லாந்தின் புரொட்டஸ்டாண்ட் மக்களுக்கும், கத்தோலிக்க மக்களுக்கும் பல உரிமைகளை வழங்கும்படி நிர்ப்பந்திக்கப்பட்ட இங்கிலாந்து அரசாங்கம், அவர்கள் மீது மீண்டும் தாக்குதல் தொடுக்கவும், கொடுத்த உரிமைகளைப் பறிக்கவும் திட்டம் தீட்டிக் கொண்டிருந்தது. அதேபோல், அயர்லாந்தின் நிர்வாகத்தி லிருந்த புரொட்டஸ்டாண்ட் மதத்தைச் சேர்ந்த மதவெறி பிடித்த பிற்போக்குக் கும்பலும், கத்தோலிக்கர்களுக்குக் கொடுக்க வேண்டியிருந்த சலுகைகள் குறித்து பொருமிக்கொண்டிருந்தது. அந்தச் சலுகைகளை நிறுத்துவதற்கு அது துடித்துக் கொண் டிருந்தது.

1793-ம் ஆண்டு ஜனவரி மாதம் 21-ம் தேதியன்று, பிரான்சின் குடியரசு ஆட்சி, பதினாறாம் லூயி மன்னனை சிரச்சேதம் செய்தது. இதைத் தொடர்ந்து இங்கிலாந்து, பிரான்ஸ் மீது யுத்தப் பிரகடனம் செய்தது. அத்துடன், இதே காரணத்தைப் பயன் படுத்தி அயர்லாந்தின் 'ஒன்றுபட்ட ஐரிஷ்காரர்கள்' அமைப்பை ஒழித்துக்கட்டவும் அது திட்டமிட்டது. இந்த அமைப்பினர், பிரான்ஸ் நாட்டின் புரட்சிகர ஜாக்கோபின் கழகத்தாருடன் சேர்ந்து இங்கிலாந்துக்கு எதிராகச் சதித்திட்டம் தீட்டியுள்ளதாகப் பொய்க் குற்றச்சாட்டை அது பரப்பியது. இதைத் தொடர்ந்து அயர்லாந்து நிர்வாகம் மூன்று சட்டங்களை இயற்றியது.

'ஒன்றுபட்ட ஐரிஷ்காரர்கள்' அமைப்பும், முற்போக்கான கத்தோலிக்கர்களும் சேர்ந்து ஓர் அரசியல் கட்சியாக உருவெடுப் பதை, மாநாட்டுச் சட்டம் தடுத்தது. ஆயுதச் சட்டம் என்ற இரண்டாவது சட்டமானது, ஆயுதங்கள் மற்றும் வெடி மருந்துகள் தயாரிப்பதையும், இறக்குமதி செய்வதையும், விற்பனை செய்வதையும் தடை செய்தது. மூன்றாவது சட்டமான 'ஆயுதப்படை சட்டம்' என்பதானது 'தொண்டர் படை', 'ஒன்றுபட்ட ஐரிஷ்காரர்கள் அமைப்பு' போன்ற அமைப்புகளை

ஒடுக்குவதற்காக ஒரு பிற்போக்கான ஆயுதப்படையை உருவாக்குவதை நோக்கமாகக் கொண்டிருந்தது.

தாக்குவதற்கான ஆரம்பத் தயாரிப்புகளைச் செய்துகொண்ட அயர்லாந்து நிர்வாகம், மார்ச் மாதம் 9-ம் தேதி முதல் அயர்லாந்து மக்கள் மீது தாக்குதல் தொடுக்க ஆரம்பித்தது. அரசாங்கத்தின் ஆயுதப் படைகள், சிறு சிறு பிரிவுகளாகப் பிரிந்து மக்கள் உணவருந்தும் இடங்களுக்குள் நுழைந்து அனைவரையும் விரட்டினர். 'ஒன்றுபட்ட ஐரிஷ்காரர்கள்' அமைப்பின் முக்கியத் தலைவர்கள் மற்றும் நிர்வாகிகளின் வீடுகள் மீது தாக்குதல் தொடுக்கப்பட்டன. 'நார்த்தர்ன் ஸ்டார்' பத்திரிகை அலுவலகம் தாக்கப்பட்டது. வன்முறை வெறியாட்டம் தொடங்கப்பட்டது. இத்தகைய தாக்குதல்கள் நடைபெறக் கூடுமென்பதை எதிர்நோக்கியிராத 'தொண்டர் படையும்', 'ஒன்றுபட்ட ஐரிஷ் காரர்கள் அமைப்பும்' இவைகளுக்கெதிராக எதுவும் செய்ய இயலாத நிலையிலிருந்தன.

புரட்சிகர பிரெஞ்சு அரசாங்கத்தின் ஒவ்வொரு செயலும் அயர்லாந்து மக்களால் மகிழ்ச்சியுடன் வரவேற்கப்பட்டது. அது தவிர, பிரான்ஸ் நாடு, கத்தோலிக்க நாடாகையால், இயல்பாகவே அதற்கு அயர்லாந்தின் மிகப் பெருவாரியான கத்தோலிக்க மக்களின் ஆதரவு இருந்தது. எனவே, அயர்லாந்து மக்கள் எவரும் பிரான்ஸ் நாட்டிற்கெதிராகப் போரிட ராணுவத்தில் சேர மறுத்தனர்.

ஆனால், கபடத்தனமான ஆங்கிலேய நிர்வாகமோ வேறு ஒரு குறுக்கு வழியைக் கண்டது. குலுக்கல் சீட்டு மூலம் இங்கி லாந்தில் ராணுவத்துக்கு ஆள் சேர்ப்பது போல் அயர்லாந்திலும் செய்யப் போவதாகக் கூறி மோசடி குலுக்கல் மூலம் தனக்கு எதிரானவர்களை, தொண்டர் படையினர், ஒன்றுபட்ட ஐரிஷ்காரர்கள் போன்றவர்களை - ராணுவத்தில் சேர வேண்டு மென்று உத்தரவிட்டது. ஆனால் அவர்கள் சேர மறுத்தனர். அவர்களைக் கைது செய்ய ஆயுதப்படைகள் அனுப்பப்பட்டன. ஆயுதப்படையினருக்கும், மக்களுக்குமிடையில் பல இடங்களில் மோதல் உருவாயின. கைது செய்யப்பட்டவர்கள் கை விலங்கிடப்பட்டு கூண்டுப் பெட்டிகளில் அடைக்கப்பட்டனர். பின்னர் அவை துறைமுகங்களுக்குக் கொண்டு செல்லப்பட்டு போர்க்கப்பல்களில் ஏற்றப்பட்டன.

அயர்லாந்து நிர்வாகமானது, கத்தோலிக்கர்கள், புரொட்டஸ்
டாண்டுகள் மற்றும் மறுப்புவாதிகள் சேர்ந்து ஒரு 'அகில
அயர்லாந்து மாநாடு' நடத்த வேண்டுமென்று திட்டமிட்டிருந்
ததைத் தடை செய்தது. 1794-ம் ஆண்டில் 'ஒன்றுபட்ட
ஐரிஷ்காரர்கள்' அமைப்புத் தடை செய்யப்பட்டது. அந்த
அமைப்பு, 'அரசருடைய எதிரிகளோடு ராஜத்துரோகக் கூட்டு
வைத்துள்ளது' என்று குற்றஞ்சாட்டப்பட்டது. டோனும்,
அவருடைய குடும்பத்தினரும் அயர்லாந்தைவிட்டு வெளியேறி
அமெரிக்காவில் குடியேறும் நிலை ஏற்பட்டது. 'தொண்டர்
படை' அமைப்பு செயலிழக்கும்படி செய்யப்பட்டது.

76

13. டோனின் தியாகம்

அயர்லாந்து

அமெரிக்காவுக்குச் செல்லும்முன்பு டோனும், அவருடைய நெருங்கிய நண்பர் களான ரஸ்ஸல், எம்மட் போன்றோரும் பெல்பாஸ்ட் அருகே உள்ள மலையில் ஒரு சபதம் செய்தனர். 'நமது நாட்டின் மீது இங்கிலாந்துக்கு உள்ள ஆதிக்கத்தைத் தகர்த்தெறிந்து நமது சுதந்தரத்தைப் பெறும் வரை ஓயமாட்டோம்' என்று சபதம் செய்தனர்.

அமெரிக்காவுக்குச் சென்ற டோன், அங்கே விஜயம் செய்திருந்த பிரெஞ்சு அமைச்சர் ஒருவரைச் சந்தித்து அயர்லாந்தை விடுவிக்க படை உதவி கோரினார். முதலில் அவருக்குச் சாதகமான பதில் கிடைக்கவில்லை. ஆனால் சில மாதங்கள் கழித்து அவர் பிரான்சுக்கு வரும்படி அழைக்கப் பட்டார்.

1796-ம் ஆண்டு ஜனவரி மாதம் 1-ம் தேதியன்று பிரான்ஸ் நாட்டை நோக்கிக் கப்பலில் சென்ற டோன், அந்நாட்டுக்கு வந்து சேர்ந்ததும் பல அரசியல் தலைவர்களையும், அரசாங்கத் தலைவர்களையும் சந்தித்துப்பேசினார். ஒரு வருட முயற்சிக்குப் பின், அவ்வாண்டு டிசம்பர் மாத இறுதியில் பிரெஞ்சுக் கடற் படையோடு டோன், அயர்லாந்தை நோக்கிப் பயணமானார். அவருடைய நோக்கம் முழுவதும் அயர்லாந்தை விடுவிக்க வேண்டுமென்பதாகவே இருந்தது.

15 ஆயிரம் கடற்படையினருடன் புறப்பட்ட அந்த பிரெஞ்சுக் கடற்படைக் கப்பல்கள், அயர்லாந்தை நோக்கிப் பயணமாயின. வழியிலிருந்த இங்கிலாந்துக் கடற்படை மூடுபனியின் காரணமாக பிரெஞ்சுக் கடற்படையைக் காணமுடியவில்லை. அங்கிருந்து தப்பி அயர்லாந்தை நோக்கி வந்து கொண்டிருந்த பிரெஞ்சுக் கடற்படை, ஒரு பெரும் கடல் புயலால் தாக்கப் பட்டது. எட்டு நாட்கள் நீடித்த இந்தக் கடற் புயலினால், பல கப்பல்கள் மூழ்கின. எனவே, மீதமிருந்தவற்றை பிரான்சுக்குத் திரும்பும்படி கடற்படைத் தலைவர் உத்தரவிட்டார். டோன் இருந்த கப்பல், மிகுந்த சிரமத்துடன் அயர்லாந்துக் கரையருகே வந்தது. ஆனால் மற்ற பிரெஞ்சுக் கப்பல்கள் வராததால் அவருடைய கப்பலும் பிரான்சுக்கே மீண்டும் திரும்பிச் சென்றது. இது, டோனுடைய இதயத்தையே சிதறடித்துவிடும்போல் இருந்தாலும், அவர் உறுதி தளராமல் இருந்தார்.

1795-ம் ஆண்டிலிருந்து 1798-ம் ஆண்டுக்கு இடைப்பட்ட காலத்தில் அயர்லாந்து, கடுமையான ஒடுக்குமுறைகளையும், கொடுமைகளையும் சந்திக்க வேண்டியிருந்தது. அதன் மீது தனது ஆதிக்கத்தை நிலைநாட்டுவதற்காகவும், எதிர்ப்புகளை ஒடுக்கு வதற்காகவும் இங்கிலாந்து மிகக் கொடிய ஒடுக்கு முறைகளை ஏவிவிட்டது. இவற்றின் விளைவாகப் பல ரகசிய அமைப்புகள் தோன்றின. பல இடங்களில் புரொட்டஸ்டாண்டுகளும், கத்தோலிக்கர்களும் அரசாங்கப் படைகளுடன் மோதினார்கள். அன்த்ரிம், டௌன் ஆகிய இடங்களில் எழுச்சிகள் வெடித்தன. மக்கள் ஆயதமேந்திப் போராடினார்கள் என்ற போதிலும்ட இறுதியில் தோற்கடிக்கப்பட்டனர். இந்த எழுச்சியின் அனைத்துத் தலைவர்களும் தூக்கிலிடப்பட்டனர். மன்றோ என்ற தலைவர் அவருடைய கடைக்கு முன்பாகவே தூக்கிலிடப் பட்டார்.

சந்தேகப்பட்டவர்கள் அனைவரையும் கைது செய்வது, சவுக்கால் அடிப்பது, சித்ரவதைச் செய்வது போன்ற கொடுமை களை இங்கிலாந்தின் ஆயுதப்படைகள் செய்த போதிலும், அவை அயர்லாந்துக் கிளர்ச்சியாளர்களை ஒடுக்க முடியவில்லை. ஒவ்வோர் இடமாக மாறி மாறி கிளர்ச்சிகள் வெடித்துக் கொண்டிருந்தன.

1798-ம் ஆண்டு மே மாதம் 23-ம் தேதியன்று அயர்லாந்தின் சில பகுதிகளில் கிளர்ச்சிகள் நடப்பதாக பாரிஸ் நகரிலிருந்த

டோனுக்குத் தகவல் கிடைத்தது. உடனே அவரும், மற்ற அயர்லாந்துப் போராளிகளும் பிரெஞ்சு அரசாங்கத் தலைவர் களைச் சந்தித்து அயர்லாந்து மக்களுக்கு உடனடியாக உதவ வேண்டுமென்று கோரினர். டோன் கொடுத்த ஆலோசனைப்படி மீண்டும் ஒரு படையெடுப்பை நடத்த பிரெஞ்சு அரசாங்கம் சம்மதித்து ஒரு கடற்படையை அனுப்பியது.

ஆகஸ்ட் 7-ம் தேதி புறப்பட்ட இந்தக் கடற்படை, வழியில் இங்கிலாந்தின் கடற்படையினால் தோற்கடிக்கப்பட்டு, சரணடையும்படி நேரிட்டது. கைது செய்யப்பட்ட பிரெஞ்சு கடற்படை அதிகாரிகள், போர்க்கால கைதிகள்போல முறையாக நடத்தப்பட்டனர். ஆனால் அந்தக் கப்பல்களிலிருந்த ஐரிஷ் காரர்கள் இருவர், டப்ளின் நகருக்குக் கொண்டு செல்லப்பட்டு தூக்கிலிடப்பட்டனர். அவர்களில் ஒருவர் டோனுடைய இளைய சகோதரரான மாத்யூ என்பராவார்.

சில வாரம் கழித்து மற்றொரு பிரெஞ்சுக் கடற்படை, அயர் லாந்தை நோக்கி வந்தது. ஆனால் டோரித் தீவு என்ற இடத்தில், அது வலிமை மிக்க ஆங்கிலேயக் கடற்படையினால் சிதறடிக்கப் பட்டது. பிரெஞ்சுக் கப்பல்கள் நொறுக்கப்பட்டு மூழ்கும் நிலையில் அதிலிருந்தவர்கள் சரணடைய வேண்டியிருந்தது. அவர்களில் தியோபால்ட் உல்ப்டோனும் ஒருவர்.

அவர் கைது செய்யப்பட்டு கை விலங்கு இடப்பட்டு டப்ளினுக்கு அனுப்பப்பட்டார். அங்கே அவருக்குத் தூக்குத்தண்டனை விதிக்கப்பட்டது. ஒரு போர் வீரன் என்ற முறையிலும், பிரெஞ்சு அதிகாரி என்ற முறையிலும் ராணுவ ரீதியில் தான் கொல்லப்பட வேண்டுமென்று அவர் கோரினார். ஆனால், அதுவும் மறுக்கப் பட்டது. இங்கிலாந்து அரசாங்கத்தின் முடிவை மீறியே தீர்வது என்ற முடிவிலிருந்த டோன், தான் கொல்லப்படுவதற்கு முதல் நாள் இரவு, தன் கழுத்தை தானே அறுத்துக் கொண்டு உயிர் நீத்தார்!

இவ்வாறு, 'ஒன்றுபட்ட அயர்லாந்துக் குடியரசு' என்ற லட்சியத்தைக் கொண்டிருந்த முதல் மனிதர் தியோபால்ட் உல்ப் டோன், 1798-ம் ஆண்டு, நவம்பர் மாதம் 19-ம் தேதி மரண மடைந்தார். கில்டேர் என்ற இடத்திலுள்ள அவரது தந்தையின் சமாதி அருகே அவர் புதைக்கப்பட்டார்.

டோன் மரணமடைந்தபிறகு, அவருடைய நெருங்கிய நண்பர்களான ராபர்ட் எம்மட், தாமஸ் ரஸ்ஸல் போன்றோர்

அயர்லாந்தை விடுவிக்க சில சாகசச் செயல்களில் ஈடுபட்டனர். ஆனால், அவை அனைத்தும் தோல்வி அடைந்தன. இவ்விருவரும், அவர்களுடைய தோழர்கள் பலரும் ஆங்கிலேயர்களால் பிடிக்கப்பட்டு தூக்கிலிடப்பட்டனர்.

ராபர்ட் எம்மட் 1803-ம் ஆண்டு செப்டெம்பர் மாதம் 20-ம் தேதியன்று தூக்கிலிடப்பட்டார். தாமஸ் ரஸ்ஸல் அதே ஆண்டு அக்டோபர் மாதம் 21-ம் தேதியன்று தூக்கிலிடப்பட்டார். டோன், எம்மட், ரஸ்ஸல் ஆகிய மூவரின் மரணத்தோடு 'ஒன்றுபட்ட ஐரிஷ்காரர்கள் கழகம்' என்ற அமைப்பு செயல்படுவது ஒரு முடிவுக்கு வந்தது.

14. இங்கிலாந்தின் பகுதியாகிறது

அயர்லாந்து

அயர்லாந்தில் கிளர்ச்சி ஒடுக்கப்பட்டதும், பிரெஞ்சுக் கடற்படையை இங்கிலாந்து கடற்படை சிதறடித்ததும் சேர்ந்து இங்கிலாந்தின் அரசாங்கத்துக்குப் பெருத்த நம்பிக்கையை அளித்தது. வெளிநாட்டு அபாயமும், அயர்லாந்தில் உள்நாட்டு அபாயமும் நீங்கிவிட்டது என்று இறுமாப்புக் கொண்ட இங்கிலாந்து அரசாங்கம், அயர்லாந்தைத் தனியான காலனி நாடாக விட்டுவைப்பது ஆபத்தென்று கருதி, அதைத் தனது நாட்டின் ஒரு பகுதியாக மாற்ற ஒரு சதித்திட்டம் தீட்டியது. இதன் விளைவாகத் தோன்றியதுதான், 'இணைப்புச் சட்டம்'. அயர்லாந்து நாடாளு மன்றத்தினாலும், இங்கிலாந்து நாடாளுமன்றத்தினாலும் தனித்தனியாக இயற்றப்பட்ட இந்தச் சட்டம், 1801-ம் ஆண்டு ஜனவரி 1-ம் தேதி முதல் அமலுக்கு வந்தது. இதன் விளைவாக, அயர்லாந்து, அரசியல் ரீதியில் இங்கிலாந்தின் பகுதியாகியது. கோட்பாடளவில் அயர்லாந்துக்காரர்கள் 'ஆங்கிலேயரானார்கள்'.

அயர்லாந்தின் பிரபுத்துவ பணக்காரக் கூட்டம் பெரும் நட்ட ஈட்டுத்தொகையைப் பணமாகப் பெற்றும், பட்டங்களைப் பெற்றும் இந்தத் துரோகத்துக்குத் துணை போனது. தங்கள் நாட்டின் சுதந்தரத்தை விற்று விடுகிறோமே என்ற அவமானம் அவர்களுக்கு ஏற்படவில்லை. மாறாக, பெரும் நஷ்ட ஈடு பெற முடிந்ததையே தங்கள் சாதனையாகக் கருதினார்கள்.

இந்தச் சட்டத்தைக் கொண்டு வந்ததன் மூலம் மூன்று முக்கிய ஆபத்துக்களைச் சமாளித்துவிட்டதாக இங்கிலாந்து கருதியது.

ஒன்று, அயர்லாந்தில் உருவான போர்க்குணமிக்க புரட்சிகர குடியரசுக் கொள்கை; இது இங்கிலாந்திலும் பரவக்கூடும்.

இரண்டு, பிரெஞ்சு படையெடுப்பு, அயர்லாந்தை அது கைப்பற்றும் நிலைமை

மூன்று, இங்கிலாந்துடன் சக்திமிக்க பொருளாதாரப் போட்டிக்கு அயர்லாந்து உருவாவது.

ஆகிய இம்மூன்று ஆபத்துகளையும் தவிர்த்துவிட்டதாக இங்கிலாந்து கருதியது. ஆனால், அது, தவறான கணக்கு என்பது விரைவிலேயே நிரூபிக்கப்பட்டது. தங்களது சிரமங்கள், வேதனைகள் மற்றும் அதிருப்திக்கெல்லாம் அயர்லாந்து நிர்வாகம்தான் காரணம் என்று கருதி அதோடு மோதி வந்த மக்கள், இப்போது இங்கிலாந்துடன் நேரடியாக மோத வேண்டிய நிலைக்குத் தள்ளப்பட்டார்கள். இது, ஐரிஷ் தேசிய உணர்வு பொங்கியெழுவதற்கு வழிவகுத்தது. 'அயர்லாந்து விடுதலை' என்ற முழக்கம் தோன்றுவதற்கு வித்திட்டது.

இந்த இணைப்பை புரொட்டஸ்டாண்ட் மதப் பிரிவைச் சேர்ந்த நிலப்பிரபுக்கள், பணக்காரர்கள், வர்த்தகர்கள் ஆகியோர் வரவேற்றனர். இதன் மூலம் தங்களுடைய செல்வத்துக்கு பாதுகாப்பு கிடைக்கும் என்று கருதினர்.

கத்தோலிக்க மதப்பிரிவைச் சேர்ந்த பணக்காரர்களும், வர்த்தகர் களும் இந்த இணைப்பை வரவேற்றனர். ஏதாவது புரட்சி ஏற்பட்டு, தங்கள் நலனுக்கு ஆபத்து வந்துவிடக் கூடாதே என்று நினைத்த அந்தக் கத்தோலிக்க பிரபுக்கள் கூட்டத்தினர், ஒடுக்கு முறை அமைப்பு ஒன்றை உருவாக்கினர். 'சேவைப் படை' என்றழைக்கப்பட்ட இந்த ஆயுதக் கும்பலானது, கிளர்ச்சியில் ஈடுபடும் கத்தோலிக்க ஏழை எளிய மக்களை ஒடுக்கி பணிய வைப்பதற்காகவே உருவாக்கப்பட்ட அமைப்பாகும். இதே போன்றதொரு அமைப்பை புரொட்டஸ்டாண்டுகள் ஏற்படுத்தி யிருந்தனர். அதன் பெயர் 'ஆரஞ்சுக் கட்டளை' என்பதாகும்.

கத்தோலிக்கர்கள், இந்தச் சட்டத்துக்கு ஆதரவு தந்ததால் அவர்கள், இங்கிலாந்து நாடாளுமன்றத்தில் நுழைவதற்கு வழி

ஏற்படுத்தப்படுமென்றும் சட்டத்துறை மற்றும் அரசாங்கத்தின் உயர் பதவிகளுக்குப் போக அனுமதிக்கப்படுவார்கள் என்றும் ஆசை வார்த்தை காட்டப்பட்டது. அத்துடன், கத்தோலிக்க மதகுருக்களுக்கு அரசாங்கம், மானியம் தருமென்றும் கூறப்பட்டது.

இந்த வாக்குறுதிகளைக் கேட்டு கத்தோலிக்க வர்த்தகர்களும், பொருள்கள் தயாரிப்பாளர்களும், வசதி படைத்தவர்களும் ஆசைக் கனவுகள் கண்டு கொண்டிருந்தனர். புரொட்டஸ்டாண்ட் பணக்கார கூட்டத்தினர் ஏகபோக உரிமையை உடைத்து விடலா மென்று கருதினர். ஆனால், அது, நிராசையாகவே முடிந்தது.

15. இணைப்புக்குப் பின் அயர்லாந்து

அயர்லாந்து

1801-ம் ஆண்டு முதல் 1850-ம் ஆண்டு வரைப்படத்தில் அரைநூற்றாண்டுக் காலம் இங்கிலாந்தில் தொழிற்புரட்சி அதனுடைய உச்சகட்டத்தை எட்டி இருந்தது. உலகச் சந்தையில் அது மேலாதிக்கம் செலுத்தி வந்தது. இங்கிலாந்தின் முதலாளித்துவ வர்க்கம் தனது பொருள் உற்பத்தி, வர்த்தகம், காலனி நாடுகளை கடுமையாகச் சுரண்டி பெருஞ்செல்வத்தைக் குவித்து வந்தது.

ஆனால் அயர்லாந்தின் பொருள் தயாரிப்பாளர்களுக்கும், வர்த்தகர்களுக்கும் இதில் பங்கு கிடைக்கவில்லை. ஏனென்றால், நாடாளுமன்ற அதிகாரம் என்பதை அவர்கள் இழந்துவிட்டதால் தங்களுடைய சொந்த உள்நாட்டுச் சந்தையைக்கூட அவர்களால் பாதுகாத்துக் கொள்ள முடியவில்லை. அயர்லாந்தில் போதுமான அளவுக்கு நிலக்கரிப் படிவங்களோ, இரும்புத் தாதுக்களோ கிடைக்காததால், பெரிய தொழில்கள் உருவாக முடியவில்லை. அதற்கான பெரிய மூலதனமும் அவர்களுக்குக் கிடைக்க வில்லை. அயர்லாந்து விவசாய மக்களிடமிருந்து நிலப் பிரபுக்கள் பெற்ற அனைத்து வருமானமும் இங்கிலாந்திலேயே முதலீடு செய்யப்பட்டும், அங்கேயே செலவிடப்பட்டும் வந்தது. இங்கிலாந்துதான் ஐரிஷ் விளைபொருள்களுக்கான சந்தையாக விளங்கியது. சுருக்கமாகச் சொன்னால் இங்கிலாந்துக்கு மலிவான விலையில் உணவுப் பொருள்கள், கச்சாப்பொருள்கள்,

குறைந்த கூலியில் வேலைசெய்யும் தொழிலாளர்கள் ஆகியோரை அளிக்கும் நாடாகவே அயர்லாந்து மாறியது.

அயர்லாந்தின் கிராமப்புறங்கள் நிலப்பிரபுத்துவச் சுரண்டலின் கொடுமைக் களமாக விளங்கின. குத்தகையைக் கறாராக வசூலிப்பதைத் தவிர, நிலப்பிரபுவுக்கு வேறெந்த பொறுப்பும் கிடையாது. நிலத்தின் வளத்தை மேம்படுத்த வேண்டுமென்றோ, வடிகால் வசதி செய்து தர வேண்டுமென்றோ குடிசைபோட்டுத் தர வேண்டுமென்றோ எவ்வித பொறுப்பும் அவர்களுக்குக் கிடையாது. விவசாயி தன்னுடைய மிகுந்த சிரமத்துக்கிடையே இவற்றைச் செய்தால், உடனே நிலத்தின் மதிப்பு உயர்ந்து விட்டதாகக்கூறி நிலப்பிரபு குத்தகையை அதிகப்படுத்தி விடுவான். அதேபோல், தொழிலாளி தனது உழைப்பின்மூலம் உற்பத்தியை அதிகரித்தால், அந்த அதிகரித்த உற்பத்தி முழுவதும் நிலப்பிரபுவால் பறிக்கப்பட்டுவிடும்.

அயர்லாந்து விவசாயிகளை கடுமையாகச் சுரண்டுவதன் மூலம் விவசாய விளை பொருள்களின் விலைகளை வெகுவாகக் குறையச் செய்த இங்கிலாந்தின் வளர்ந்து வந்த முதலாளித்துவ வர்க்கமும், பிரபுத்துவ கூட்டமும் இதன் மூலம் இங்கிலாந்து விவசாயிகளை ஓட்டாண்டிகளாக்கியது. சந்தைப்போட்டி மூலம் இங்கிலாந்தின் விவசாய விளைபொருள்களின் விலையை வீழ்ச்சியடையச் செய்து, அந்த விவசாயிகள் நசிந்துப்போகும் நிலையை ஏற்படுத்தி, அவர்கள் புதிதாக உருவாக்கி வந்த தொழிற்கூடங்களில் வேலை தேடிச் செல்லும் நிலையை ஏற்படுத்தியது.

தினமும் 16 மணி நேரம் உழைக்க வேண்டியிருந்த அந்தத் தொழிலாளிகள், மிகக் குறைந்த கூலியில் கொடூரமாகச் சுரண்டப்பட்டனர். அவ்வாறு பாடுபட்டும் அவர்கள் தங்களது குடும்பதினருக்கு உணவளிக்க முடியாத நிலைமை! எனவே, தொழிலாளிகள் குடும்பம் குடும்பமாக அதிகாலை முதல் நடுநிசி வரை வேலை செய்ய வேண்டியிருந்தது. ஆறு வயது, ஏழு வயது குழந்தைகளும்கூட சவுக்கால் அடித்து வேலை வாங்கப்பட்டனர். குறைவான கூலியில் இந்தத் தொழிலாளிகளை வேலை வாங்க மலிவான விலையில் உணவு தானியங்கள் அளிக்கும்படி, அயர்லாந்து விவசாயிகள் நிர்ப்பந்திக்கப்பட்டு நாசமாக்கப் பட்டனர். இந்த இங்கிலாந்து தொழிலாளிகள் உற்பத்தி செய்த பொருள்கள், அயர்லாந்தின் கைத்தொழில்களையும், பாரம்

பரியத் தொழில்களையும் அழித்து நாசமாக்கியதோடு விவசாயத்தை நோக்கிப் போகும்படி அவர்களை விரட்டிவிட்டது.

எனவேதான், இங்கிலாந்தின் தொழிலாளிகள் வேலை நேரத்தைக் குறைக்கக் கோரியும், கூலியை அதிகரிக்கக் கோரியும், குறைந்தபட்ச உரிமைகள் அளிக்கப்பட வேண்டுமென்று கேட்டும் மகத்தான சாசன இயக்கத்தை நடத்தியபோது அயர்லாந்தின் விவசாய மக்கள் 'இணைப்புச் சட்டத்தை' ரத்து செய்யக் கோரியும், அயர்லாந்து குடியரசு அமைக்கக் கோரியும் பெரும் போராட்டங்களில் ஈடுபட்டனர்.

18-ம் நூற்றாண்டின் இறுதியில் தொடங்கிய 'அயர்லாந்து இணைப்புச் சட்டத்துக்கெதிரான கிளர்ச்சி' வெகுஜன எழுச்சியாக இல்லாமல் சில தனிப்பட்ட சதிக்குழுக்களின் செயலாகவே இருந்தது. எனவே அவைகள், ஆட்சியாளர்களால் தனிமைப்படுத்தப்பட்டு 19-ம் நூற்றாண்டின் ஆரம்ப ஆண்டுகளில் அழிக்கப்பட்டன.

ஆட்சியாளர்களின் தொடர்ச்சியான தாக்குதல்களின் விளைவாக தேக்க நிலைக்குத் தள்ளப்பட்டிருந்த அயர்லாந்து இயக்கம், மெதுவாகத்தான் மீண்டும் சூடு பிடிக்க முடிந்தது.

ஏற்கெனவே செயல்பட்டு வந்த கத்தோலிக்க கமிட்டி, 1823-ம் ஆண்டில் கலைக்கப்பட்டது. அதிலிருந்த ஓ' கொன்னல் என்ற பிரபல வழக்கறிஞர் கத்தோலிக்க கழகத்தை உருவாக்கினார். அத்துடன் ஒவ்வொரு கத்தோலிக்கரிடமிருந்தும் மாதத்துக்கு ஒரு பைசா (பென்னி) என்ற அளவில் சந்தா வசூலித்து அந்த அமைப்பை வலுவான அமைப்பாக மாற்றினார்

இந்தக் கத்தோலிக்கக் கழகமானது, தொடர்ச்சியாக பல வாசக சாலைகளை நிறுவியது. விவாத மன்றங்களை உருவாக்கியது. இந்த அமைப்பிற்கு அனுதாபமாக உள்ள வழக்கறிஞர்கள், நீதிபதிகள் ஆகியோரைக் கொண்ட சமரசக் குழுக்களை ஏற்படுத்தியது. இவை அண்டை அயலார் தம்மிடையேயும், விவசாயி - நிலப்பிரபுவிடையேயும் எழும் தகராறுகளில் தலையிட்டு சமரசத் தீர்வு செய்து வைக்கும். இந்தக் குழுக்கள் வெகு விரைவிலேயே பிரபலமடைந்தன. இவற்றைக் கண்டு இங்கிலாந்து அரசாங்கம், கவலையும், ஆத்திரமும் அடைந்தது. இந்தப் போக்கு, இங்கிலாந்திலுள்ள ஏழை எளிய மக்களிடமும்

பிரபலமடையக்கூடுமென்பதைக் கண்ட அந்த அரசாங்கம், கத்தோலிக்கக் கழகத்தைத் தடை செய்தது. ஓ' கொன்னல், தனது அமைப்பின் பெயரை மாற்றி புதுப்பெயரை அதற்குச் சூட்டினார். அதுவும் தடை செய்யப்பட்டது. ஓ'கொன்னல் சோர்வடைந்து விடாமல் மற்றொரு புதுப்பெயரைச் சூட்டினார். அதுவும் தடை செய்யப்பட்டது. இந்தப் போக்கு இருவருட காலம் நீடித்தது.

1829-ம் ஆண்டில் இங்கிலாந்தில் புதிய அமைச்சரவை உருவானதைத் தொடர்ந்து, கத்தோலிக்கர்களின் விடுதலைக்காக ஒரு பெரும் கையெழுத்து இயக்கம் நடத்தப்படுமென்று ஓ'கொன்னல் அறிவித்தார். ஒரு குறிப்பிட்ட நாளில், ஒரு குறிப்பிட்ட நேரத்தில் அயர்லாந்து முழுவதிலும் கூட்டங்கள் நடத்தும்படி அவர் கூறினார். 15 லட்சத்துக்கும் அதிகமான மக்கள் கலந்துகொண்ட இக்கூட்டங்கள், நாடாளுமன்றத்துக்கான விண்ணப்பங்களில் கையெழுத்திட்டன.

இதே நேரத்தில் இங்கிலாந்து நாடாளுமன்றத்துக்கான ஒரு உப - தேர்தல் நடைபெற்றது. கிளேர் என்ற இடத்தில் நடைபெற்ற இந்த உபதேர்தலில், ஓ' கொன்னல் போட்டியின்றித் தேர்ந் தெடுக்கப்பட்டார். இது, அயர்லாந்து முழுவதிலும் கத்தோலிக்க மக்களின் ஆரவார வரவேற்பைப் பெற்றது.

அதே 1829-ம் ஆண்டில் இங்கிலாந்து நாடாளுமன்றமானது, கத்தோலிக்கர்களை நாடாளுமன்றத்தில் பங்கேற்கவும் உயர் அரசாங்கப் பணிகளில் பணிபுரியவும் அனுமதிப்பதென்று ஒரு சட்டத்தை இயற்றியது.

நாடாளுமன்றத்துக்குச் சென்ற ஓ' கொன்னல், 'அயர்லாந்து இணைப்புச் சட்டத்தை' ரத்து செய்வதற்காகப் பாடுபட்டார் என்றாலும் அதே நேரத்திலேயே அவர், அயர்லாந்து மக்கள் போர்க்குணமிக்க கிளர்ச்சிகளில் ஈடுபட்டுவிடக்கூடாதென்பதற் காகவும் முயற்சி செய்தார். நிலப்பிரபுவான அவர், அயர்லாந்து விவசாய மக்கள் தங்கள் மீது சுமத்தப்பட்ட கப்பத்தை எதிர்த்து வீரமாகப் போராடி அந்தப் போராட்டத்தில் பல உயிர்களைப் பலிகொடுத்த போதிலும், அவைகளை ஆதரிக்க மறுத்து விட்டார்.

அதேபோன்று, அவர் இங்கிலாந்தின் உழைக்கும் மக்களின் முதல் அமைப்பான சாசன இயக்கத்தோடு ஆரம்பத்தில் நல்ல

உறவு கொண்டிருந்தபோதிலும் பின்னர் அவர்களிடமிருந்து விலகி நின்றதோடு அயர்லாந்தில் அந்த இயக்கம் தலைதூக்க விடாதபடி செய்யவும் முயற்சித்தார். இவ்வளவுக்கும் சாசன இயக்கமானது, அயர்லாந்து இணைப்புச் சட்டத்தை ரத்து செய்ய வேண்டுமென்பதைத் தனது கோரிக்கை சாசனத்தில் சேர்த்திருந்த தோடு, அயர்லாந்து விவசாயிகளின் கிளர்ச்சிக்கும் ஆதரவளித்து வந்தது என்பதுமாகும்.

அயர்லாந்து இயக்கம் தனது பிடியிலிருந்து விலகிவிடக் கூடாதென்பதில் அக்கறை கொண்டிருந்த ஓ' கொன்னல், இணைப்புச் சட்டத்தை எதிர்த்து 1842-ம் ஆண்டு அக்டோபர் 5-ம் தேதி கிளான்டர்ப் என்ற இடத்தில் ஒரு பெரும் பேரணி நடத்தப்போவதாக அறிவித்தார். இங்கிலாந்து அரசாங்கம், அந்தப் பேரணியை நடத்தவிடாமல் தடை செய்ததோடு மீறி வருபவர்களை சுட்டுக் கொல்லவும் ராணுவத்தை அனுப்பியது. இவற்றைக் கண்ட ஓ'கொன்னல், பேரணியை ரத்து செய்து விட்டார். இது, கத்தோலிக்க அமைப்பினரிடையே ஆத்திரத்தை ஏற்படுத்தியது.

இங்கிலாந்து அரசாங்கம் அதோடு நிற்கவில்லை. ஓ' கொன்னல் மீதும் மற்றும் சிலர் மீதும் வழக்குத்தொடுத்து, அவர்களை 6 மாதம் சிறைக்கு அனுப்பியது. இந்த இயக்கத்தில் ஓ'கொன்னலின் செல்வாக்குக் குறைந்து, 'இளம் அயர்லாந்துக் காரர்களின்' செல்வாக்குப் பெருக ஆரம்பித்தது.

16. பயங்கரப் பஞ்சம்

அயர்லாந்து

1845-ம் ஆண்டு அயர்லாந்தை ஒரு கோர மான பஞ்சம் உலுக்கத் தொடங்கியது. உருளைக்கிழங்கு பயிரில் பரவத் தொடங் கிய பூஞ்சைக்காளான் நோய், அயர்லாந்து முழுவதிலும் உருளைக் கிழங்கு உற்பத்தியை முற்றிலும் நாசமாக்கியது. அயர்லாந்து விவசாய மக்களின் முக்கிய உணவான உருளைக்கிழங்கு நாசமான தால், ஏழை எளிய மக்கள் பெரும் துயரத்தில் ஆழ்த்தப்பட்டனர். பயிர் நாசமானதால் குத்தகையைச் செலுத்த முடியாமல் அவதிப்பட்ட குத்தகைதாரர்களும், விவசாயிகளும் நிலப்பிரபுக் களால் நிலத்திலிருந்து விரட்டி அடிக்கப்பட்டனர். அவர்க ளுடைய குடிசைகள் கொளுத்தப்பட்டு குடும்பம், குடும்பமாகத் தெருவில் எறியப்பட்டனர். அவர்கள் பயிரிட்டு வந்த நிலங்கள் அனைத்தையும் நிலப்பிரபுக்கள் மேய்ச்சல் நிலமாக்கினர். ஏனென்றால் கொழுத்த ஆடு, மாடு, பன்றிகளுக்கு இங்கிலாந்தில் பெரும் தேவை இருந்தது. எனவே, அவர்கள் கால்நடை வளர்ப்பில் இறங்கினர்.

நான்காண்டு காலம் நீடித்த பஞ்சத்தோடு சேர்ந்து தொற்று நோய் களும் பரவி ஏழை மக்களின் உயிரைக் குடித்தன. பஞ்சத்தி னாலும், தொற்றுநோயினாலும் 10 லட்சம் அயர்லாந்துக்காரர்கள் மடிந்தனர். மற்றொரு 10 லட்சம் அயர்லாந்து மக்கள், வட அமெரிக்காவுக்குக் குடிபெயர்ந்தனர். வசதியற்ற சரக்குக்

கப்பல்களில் பயணம் செய்த இவர்களில் கணிசமானோர் பயணத்தின்போதே இறந்தனர். எனவே, இத்தகைய கப்பல்கள், ‘சவப்பெட்டி கப்பல்கள்’ என்றே அழைக்கப்பட்டன. சில கருணை நிறுவனங்கள் அளித்த நன்கொடையினால் இந்த அகதிகள் கட்டணமில்லாமல் இந்தக் கப்பல்களில் பயணம் செய்ய முடிந்தது.

சுருக்கமாகச் சொன்னால் பத்தாண்டு காலத்தில் அயர்லாந்து மக்கள்தொகை மூன்றில் ஒரு பங்காகக் குறைந்துவிட்டது. கிராமப்புற மக்கள்தொகை பாதிக்குப் பாதியாகக் குறைந்தது.

உருளைக் கிழங்கைத் தவிர மற்ற பயிர்கள் பாதிக்கப்படவில்லை. உணவுத் தானியங்கள், பால் பொருள்கள், ஆடு மாடுகள் முதலியவை ஏராளமாக உற்பத்தியாயின. ஆனால், இவை அனைத்தையும் நிலப்பிரபுக்கள் இங்கிலாந்துக்கு ஏற்றுமதி செய்து கொள்ளை லாபம் சம்பாதித்தனர்.

அயர்லாந்தின் பஞ்சத்தில் பீடிக்கப்பட்ட மக்களைப் பாதுகாக்க வேண்டுமென்றால், நிலப்பிரபுக்களுக்கெதிராக அவர்களை ஒன்றுசேர்த்து தானியங்களையும், ஆடு, மாடுகளையும் கைப்பற்றி பட்டினிச்சாவிலிருந்து லட்சக்கணக்கானோரை காப்பாற்றியிருக்க முடியும். ஆனால் ஓ’ கொன்னலுக்கு அது முற்றிலும் பிடிக்காத விஷயம். அவர், இங்கிலாந்து ஆட்சியாளர் களைச் சார்ந்து நின்று, அங்குள்ள ஆளும் வர்க்கங்களின் தயவோடுதான், அயர்லாந்து வாழ வேண்டும் என்று கருதினார். செல்வாக்குக் குறைந்த நிலையில் 1846-ம் ஆண்டு டிசம்பர் மாதத்தில் அவர் இணைப்பு ரத்து கழகத்தின் தலைமையிலிருந்து விலகினார்.

அயர்லாந்து தேசிய விடுதலை இயக்கத்தின் வளர்ந்து வந்த எழுச்சியானது, இங்கிலாந்துடனான இணைப்பை ரத்து செய்ய வேண்டுமென்ற கழகத்தின் மிதவாத மற்றும் புரட்சிகர மனோபாவம் கொண்ட பகுதிகளுக்கிடையே ஏற்கெனவே இருந்து வந்த வித்தியாசங்களை அதிகரித்துவிட்டன. மிதவாத நிலப்பிரபுக்களும், நகர்ப்புற முதலாளித்துவ வர்க்கத்தின் பிரதிநிதிகளும் இந்த இயக்கம் ‘சட்ட பூர்வ வழிமுறைகளை’ மட்டுமே பின்பற்ற வேண்டும் என்று கூறினார். ஜான் மிட்சல் மற்றும் அவரைப் போன்ற போர்க்குணமிக்க மனோபாவம் கொண்டவர்கள் இங்கிலாந்தின் காலனி ஆதிக்கத்தை எதிர்த்து

ஆயுதப் போராட்டம் நடத்த வேண்டுமென்றும், ஐரிஷ் விவசாயிகளுக்கு நிலம் அளிக்க வேண்டுமென்றும், அயர் லாந்துக் குடியரசு நிறுவப்பட வேண்டுமென்றும், சாசன இயக்கத்தாருடன் கூட்டணி வைத்துக்கொள்ள வேண்டு மென்றும், ஜனநாயகச் சீர்திருத்தங்களைச் செய்ய வேண்டு மென்றும் கோரினர்.

இந்த 'இணைப்பு ரத்து கழகம்' 1847-ம் ஆண்டு ஜனவரி மாதத்தில் உடைந்தது. அதனுடைய புரட்சிகர ஜனநாயகப் பகுதியினர் தங்களுக்கென்று 'ஐரிஷ் இணையம்' என்ற அமைப்பை உருவாக்கினர். அது, அயர்லாந்தில் ஓர் எழுச்சிக்கு வித்திட்டது.

17. அயர்லாந்து பிரச்னையில் மார்க்ஸ், ஏங்கெல்ஸ்

அயர்லாந்து

விஞ்ஞான சோசலிசத்தை உருவாக்கி, உலகத் தொழிலாளி வர்க்க இயக்கத்துக்கு வழிகாட்டுவதற்காக, 1840-ம் ஆண்டுகளில் இருந்து கூட்டாகச் செயல்படத் தொடங்கிய கார்ல் மார்க்சும், பிரடெரிக் எங்கல்சும் அயர்லாந்துப் பிரச்னையில் தீவிர கவனம் செலுத்தினார்கள். அவர்களிருவரும் அயர்லாந்தின் நிகழ்ச்சிப் போக்குகளை உன்னிப்பாகக் கவனித்தார்கள். அவை குறித்து இங்கிலாந்து பத்திரிகைகளில் ஏராளமான கட்டுரைகள் எழுதினார்கள். முதலாம் அகிலத்தின் பொது கவுன்சிலில் விவாதம் நடத்தினார்கள். அயர்லாந்தின் பொருளாதார அரசியல் நிலைமைகள் குறித்தும் அதனுடைய வரலாறு மற்றும் சமூக உறவுகள் குறித்தும் மிகக் கூர்மையாக ஆராய்ந்தார்கள்.

அயர்லாந்து நாட்டை அவர்கள் வெறும் விவசாய நாடாகப் பார்க்கவில்லை. அதை, பலம் வாய்ந்த இங்கிலாந்தின் காலனி ஆதிக்கத்துக்குட்பட்ட நாடாகவே அவர்கள் கண்டனர். அயர்லாந்துதான் இங்கிலாந்தின் முதல் காலனி நாடு என்று எங்கெல்ஸ் சுட்டிக்காட்டினார். இங்கிலாந்தின் நிலப்பிரபுக்கள் தாம் அயர்லாந்து ஐரிஷ் விவசாயிகளை பிரதானமாகச் சுரண்டி வந்தவர்கள் என்ற பின்னணியில் சமூக ஒடுக்குமுறை என்பது தேசிய ஒடுக்கு முறையோடு இழைப்பின்னல்போல அமைந்திருக்கிறது என்றும், இங்கிலாந்து நாடு அயர்லாந்தைச் சுரண்டல்

மூலம் கொள்ளையடித்ததானது, இங்கிலாந்தின் தொழில் வளர்ச்சிக்கான ஆதாரங்களில் ஒன்றாக அமைந்திருக்கிறது என்றும் அத்துடன் அதனுடைய முதலாளித்துவப் பொருளாதாரம் வேகமாக வளர்வதற்கும் துணை போயுள்ளது என்றும் அவர்கள் கண்டனர். அயர்லாந்து என்பது 'இங்கிலாந்துக்கு தானியம், கம்பளி, ஆடு, மாடுகள், தொழில்துறை மற்றும் ராணுவத்துக்கு ஆள்களை அளிக்கக்கூடிய இங்கிலாந்தின் ஒரு விவசாய மாவட்டமாக' இருக்கிறது என்று மார்க்ஸ், தன்னுடைய 'மூலதனம்' என்னும் பிரசித்தி பெற்ற நூலில் கூறினார். இங்கிலாந்தின் காலனி ஆதிக்கத்துக்கெதிராகப் பல நூற்றாண்டுக் காலமாக ஐரிஷ்காரர்கள் தொடர்ந்து போராடி வருவதை வைத்து தேசிய விடுதலைப்போராட்டம் என்பது எல்லையற்ற வலிமையைக் கொண்டிருக்கும் சக்தி என்று மார்க்சும், எங்கல்சும் கருதினர்.

'மிகக் கொடூரமான ஒவ்வோர் ஒடுக்குமுறைக்குப் பின்னரும் அவர்களை முற்றிலும் ஒழித்துக்கட்ட ஒவ்வொரு முறை செய்த முயற்சிக்குப் பின்னரும்கூட ஐரிஷ்காரர்கள் முன்னெப் பொழுதையும்விட பலம் வாய்ந்தவர்களாக விளங்கினர்' என்று எங்கெல்ஸ் எழுதினார். அயர்லாந்து பிரச்னை குறித்து ஆராய்ந்த மார்க்சும், எங்கெல்ஸும், ஓர் ஒடுக்கப்பட்ட நாட்டில் காலனி ஆதிக்க - எதிர்ப்புச் சக்திகள் எவ்வாறு தோன்றுகின்றன என்பதை யும், தேசிய விடுதலை இயக்கத்தின் படிப்படியான வளர்ச்சியை யும் அதனுடைய திட்டவட்டமான அம்சங்களையும், அதன் போக்குகளையும் புரிந்துகொள்ள முடிந்தது.

அயர்லாந்து மக்கள் ஏதோ நாகரிகமற்றவர்கள் போலவும், அவர்களுக்கு நாகரிகத்தைப் புகுத்தி அறிவைப் பரவச்செய்ய இங்கிலாந்துக்காரர்கள் பாடுபடுகிறார்கள் என்பது போலவும் எழுதி, இனவெறித் தன்மை கொண்ட இங்கிலாந்தின் காலனி ஆதிக்கத்துக்குட்பட்டுத் திரையிட்டு மறைக்க முயன்ற இங்கிலாந் தின் போலித்தனமான வரலாற்று நூலாசிரியர்களையும், பொருளாதாரவாதிகளையும் மார்க்சும், எங்கெல்சும் ஏளனம் செய்தனர்.

'முதலாளித்துவ வர்க்கத்தினர் அனைத்தையும் ஒரு விற்பனைக் கான சரக்காக மாற்றிவிடுகின்றனர். வரலாற்றை எழுதுவது என்பதையும் அவ்வாறே செய்கின்றனர்' என்று எங்கெல்ஸ் எழுதினார்.

லண்டனில் இருந்த ஜெர்மன் தொழிலாளர் கல்விக் கழகத்தில், 1867-ம் ஆண்டு டிசம்பர் 16-ம் தேதியன்று கார்ல் மார்க்ஸ், அயர்லாந்து பிரச்னை குறித்து ஒரு சிறப்புரை நிகழ்த்தினார். இங்கிலாந்தின் ஆக்கிரமிப்பு குறித்தும், அயர்லாந்து மக்களை அது எவ்வாறு நாசப்படுத்துகிறது என்பது குறித்தும் விளக்கிய மார்க்ஸ், ஒரு முக்கியமான விஷயத்தைச் சுட்டிக் காண்பித்தார். இங்கிலாந்தின் கம்பளித் தொழிலுக்காக எவ்வாறு அயர்லாந்தின் விவசாயம் நாசமாக்கப்பட்டுள்ளது என்பதை மார்க்ஸ் பின்வருமாறு விளக்கினார் : 11 லட்சம் மக்கள், 96 லட்சம் ஆடுகளால் அகற்றப்பட்டுள்ளனர். ஐரோப்பாவில் கேள்விப் பட்டிராத விஷயம் இது. ரஷ்யாக்காரர்கள் ரஷியர்களைக் கொண்டு போலந்துக்காரர்களை வெளியேற்றினார்கள். ஆடு, மாடுகளைக் கொண்டு அல்ல. சீனா, மங்கோலியர்களின் கீழ் இருக்கும்போது ஒரு விவாதம் நடைபெற்றது. ஆடுகளுக்கு இடமளிப்பதற்காக நகரங்களை நாசம் செய்வதா, வேண்டாமா!

'எனவே, ஐரிஷ் பிரச்னை என்பது வெறும் தேசிய இனப்பிரச்னை மட்டுமல்ல. ஆனால், நிலம் மற்றும் உயிர் வாழ்வது குறித்த பிரச்னையாகும். நாசமா அல்லது புரட்சியா என்பதுதான் தாரக மந்திரமாகும்...'

அயர்லாந்துப் பிரச்னையை ஆராய்ந்த மார்க்ஸ், தொழிலாளி வர்க்கத்துக்கு ஒரு சரியான வழிகாட்டுதலை அளித்தார். எந்தவொரு நாட்டின் தொழிலாளி வர்க்கமும், தன் நாட்டின் ஆளும் வர்க்கம், பிற நாடுகளை அடிமைப்படுத்துவதற்கு ஆதரவளிக்கக் கூடாது, அந்த முயற்சியை எதிர்க்க வேண்டும் என்பதைச் சுட்டிக் காண்பித்த மார்க்ஸ், பின்வருமாறு தெளிவாகக் கூறினார் :

'என்ன துரதிருஷ்டம், ஒரு நாடு மற்றொரு நாட்டை அடிமைப் படுத்துவது! இங்கிலாந்தின் நுகத்தடியிலிருந்து அயர்லாந்து விடுவிக்கப்படும் வரை ஆங்கிலேயத் தொழிலாளி வர்க்கம் ஒருபோதும் சுதந்தரமாக இருக்க முடியாது...'

அயர்லாந்தை அடிமைப்படுத்தியதன் மூலமாக, இங்கிலாந்தின் பிற்போக்காளர்கள் பலமடைந்துள்ளதோடு, அதைப் பேணிக்காத்தும் வருகிறார்கள். ஒரு முற்போக்கான சுதந்தர எதிர்கால இங்கிலாந்தும், அதைப்போன்றே அயர்லாந்தும் உருவாக வேண்டுமென்றால், ஐரிஷ் உழைக்கும் மக்களுக்கும்,

இங்கிலாந்தின் தொழிலாளிகளுக்குமிடையே ஒரு சகோதரபூர்வ ஐக்கியம் ஏற்படவேண்டுமென்றும், அந்தச் சகோதரபூர்வ ஐக்கியத்துக்கும் உலகில் உள்ள மற்ற தொழிலாளிகளுக்கு மிடையே ஒரு சகோதரபூர்வ ஐக்கியம் ஏற்படுவது அவசிய மென்றும் மார்க்சும், எங்கெல்சும் பெரிதும் வலியுறுத்தினர். ஒடுக்கப்பட்ட நாடுகளின் மக்கள் விடுதலை பெறுவதற்கு தொழிலாளி வர்க்கத்துக்கும், தேச விடுதலைக்காகப் போராடும் போராளிகளுக்குமிடையே சர்வதேசிய ஒற்றுமை அத்தியாவசிய மானதென்றும் இவ்விருவரும் வலியுறுத்தினர்.

காலனி ஆதிக்கப் பிரச்னையில் தொழிலாளிகள், சர்வதேசிய நிலைப்பாட்டை எடுக்க வேண்டுமென்பது, மிக முக்கியமானது என்பதை மார்க்ஸ் பின்வரும் வரிகளில் அற்புதமாக விளக்கினார்:

'பிற நாட்டை அடிமைப்படுத்தும் எந்தவொரு நாடும் தன் கைகளுக்குத் தானே விலங்கிட்டுக்கொள்கிறது.'

அயர்லாந்து பிரச்னையை ஆழ்ந்து ஆராய்வதற்காக பிரடெரிக் எங்கெல்ஸ், இரண்டுமுறை அயர்லாந்து முழுவதிலும் சுற்றுப்பயணம் செய்தார். அவருடைய மனைவி மேரி பர்ன்ஸ் அயர்லாந்துக்காரராவார். அந்தப் பிரச்னையில் மிகுந்த ஆர்வம் செலுத்திய மேரி பர்ன்ஸ் மூலம் எங்கெல்ஸ், அயர்லாந்து விடுதலைப் போராட்டத்தை நன்றாக அறிந்துகொள்ள முடிந்தது. மேரிபர்ன்ஸ் இறந்தபின், அவருடைய சகோதரி லிஸ்ஸியை எங்கெல்ஸ் திருமணம் செய்துகொண்டார். லிஸ்ஸியும் தனது சகோதரியைப் போலவே அயர்லாந்து விடுதலைப் போராட்டத்தில் மிகுந்த அக்கறை செலுத்திவந்தார். பிரடெரிக் எங்கெல்ஸ் அயர்லாந்து குறித்து ஒரு விவரமான நூலை எழுதுவதற்காக, ஏராளமான விவரங்களைச் சேகரித்தார். ஆனால் அவருடைய பிற அவசரப் பணிகள் காரணமாக அது முடிவுறாது போயிற்று.

இங்கிலாந்தில் உருவான மாபெரும் முதல் தொழிலாளி வர்க்க இயக்கமான சாசன இயக்கம், அயர்லாந்து வலுக்கட்டாயமாக இங்கிலாந்துடன் இணைக்கப்பட்டதை ரத்து செய்ய வேண்டு மென்று கோரியது. அது, தன்னுடைய சாசனப் பட்டியலில் இந்தக் கோரிக்கையையும் இணைத்திருந்தது.

1842-ம் ஆண்டு மே மாதம் 2-ம் தேதியன்று 35 லட்சம் மக்கள் கையெழுத்திட்ட சாசனப்பட்டியலை, சாசன இயக்கம்

இங்கிலாந்து நாடாளுமன்றத்துக்குச் சமர்ப்பித்தது. அயர்லாந்து குறித்த கோரிக்கையையும் உள்ளடக்கியிருந்த இந்தச் சாசனத்தை இங்கிலாந்து நாடாளுமன்றம் நிராகரித்துவிட்டது. ஓ' கொன்னல் தலைமையிலான ஐரிஷ் மிதவாதிகளும், சாசன இயக்க வளர்ச்சியை அங்கீகரிக்கவில்லை.

1847-ம் ஆண்டிலிருந்து 1861-ம் ஆண்டுக்கு இடைப்பட்ட காலத்தில் 'ஐரிஷ் இணையம்' போன்ற அமைப்புகள் செயல் பட்டன. சாசன இயக்கமும் அயர்லாந்து பிரச்னையை எழுப்பியது. 'நேஷன்' (நாடு) என்ற பத்திரிகை நடத்தப்பட்டது. 'சார்ஸ் பீல்ட் கழகம்', 'எம்மட் கழகம்', 'உல்ப்டோன் கழகம்' போன்ற அரசியல் கழகங்கள் அயர்லாந்து முழுவதிலும் தோன்றின.

இதே காலகட்டத்தில், அயர்லாந்தில் துண்டு துண்டாகப் பயிரிடப்பட்டு வந்த நிலங்கள், பெரும் பண்ணைகளாக உருப் பெறத் தொடங்கின. விவசாய விளைபொருள்களின் விலையில் ஏற்பட்ட வீழ்ச்சியால், சிறிய நில உடமையாளர்கள் ஓட்டாண்டி களானார்கள். அவர்கள், குத்தகை விவசாயிகளாக, கூலி விவசாயிகளாகப் போகும் நிலை உருவானது. முதலாளித்துவ முறைப்பட்ட விவசாயத்தை நடத்துவதற்குக் குறைந்த கூலியில் விவசாயத் தொழிலாளிகள் ஏராளமாகத் தேவைப்பட்டனர். அயர்லாந்து நிலைமை அதற்கேற்றார்போல் இருந்தது.

இங்கிலாந்து அரசாங்கமானது இங்கிலாந்திலிருந்தும், ஸ்காட் லாந்திலிருந்தும் விவசாயிகளை அயர்லாந்துக்குக் கொண்டு வந்து பண்ணைகளை நடத்தச்செய்ய வேண்டுமென்று கருதியது. ஆனால், அது நடைபெறாததால் இந்தப் பண்ணைகள் யூக வாணிபக்காரர்களிடம் விடப்பட்டன. அவர்கள், விவசாயக் கூலிகளையும், சிறு குத்தகைதாரர்களையும், மீதமிருந்த சிறு நில உடமையாளர்களையும் ஈவிரக்கமின்றி கசக்கிப் பிழிந்தனர். இதுவரை குத்தகையைச் செலுத்துவதன் மூலம் நிலம் தன்னுடையதென்று கருதிவந்த குத்தகையாளர்களுக்கு இந்தப் புதிய முறையினால் அந்த மன நம்பிக்கையும் சிதறுண்டுப் போனது. பஞ்சத்துக்குப் பிந்தைய ஆண்டுகளில் ஏராளமான விவசாய மக்கள் அமெரிக்காவை நோக்கிப் பயணமாயினர். பஞ்சம், நில வெளியேற்றம், கொடிய குத்தகை, வாழ்க்கை நிலைமைகளில் சீரழிவு ஆகிய அனைத்தும் சேர்ந்து அவர்களை

அமெரிக்காவுக்குக் குடிபெயரச் செய்தது. இது, அவர்கள் உள்ளத்தில் பெருத்த ஆத்திரத்தை ஏற்படுத்தியது. இங்கிலாந்து அரசாங்கத்தையும், நிலப்பிரபுக்களையும் பழிவாங்க அவர்கள் துடித்தனர். இவற்றின் விளைவாக, பல ரகசிய கிளர்ச்சிக் கழகங்கள் தோன்றின. அவற்றில் பிரதானமானது 'ஃபெனியன் இயக்கம்' என்பதாகும். 'ஃபெனியனிசம்' என்பது, அயர்லாந்தின் வரலாற்றில் புரட்சிகர குடியரசுவாத சகோதரத்துவம் என்பதாகும்.

18. ஃபெனியன் இயக்கம்

அயர்லாந்து

அயர்லாந்திலிருந்து வெளியேற்றப்பட்டு அல்லது தாங்களாகவே வெளியேறி அமெரிக்காவில் வசித்துவந்த தீவிர மனோ பாவம் கொண்ட சில ஐரிஷ்காரர்கள், தங்கள் நாட்டின் விடுதலைக்காக ஒரு ரகசிய அமைப்பை உருவாக்கினர். 'ஃபெனியன் சகோதரத்துவம்' என்ற பெயரைக்கொண்ட இந்த வெளிப்படையான அமைப்பு, 'ஐரிஷ் புரட்சிகர சகோதரத்துவம்' என்ற பெயர் கொண்ட ரகசிய அமைப்பை உருவாக்கி இருந்தது. 'ஃபெனியன்கள்' என்ற பெயரால் அழைக்கப்பட்ட இவர்கள் ஆயுதங்கள் வாங்குவதற்கு பண வசூல் செய்தனர். ராணுவ அதிகாரிகளை உருவாக்கப் பயிற்சியளித்தனர். அயர்லாந்திலிருந்து ஒரு ராணுவத்தை உருவாக்குவதற்காக ஆள்களைத் தேர்ந்தெடுத்தனர்.

இந்த நேரத்தில் அமெரிக்காவில் ஓர் உள்நாட்டு யுத்தம் வெடித்தது. அடிமை முறையை வைத்திருக்கவேண்டுமென்ற அமெரிக்காவின் தென் மாநிலங்களுக்கும், அடிமை முறையை ஒழிக்க வேண்டுமென்ற வடமாநிலங்களுக்குமிடையே யுத்தம் வெடித்தது. வட மாநிலங்களுக்கு ஆபிரகாம் லிங்கன் தலைமை தாங்கினார். வட மாநிலங்களும், தென் மாநிலங்களும் தங்களுக்கென்று தனித்தனியாக ஐரிஷ் படைப்பிரிவுகளை ஏற்படுத்திக் கொண்டன. இதன் காரணமாக, இரு தரப்பிலும் போரிட்ட லட்சக்கணக்கான ஐரிஷ்காரர்களுக்கு உண்மையான

ராணுவப் பயிற்சி கிடைத்தது. மூன்றாண்டுகள் நீடித்த இந்த யுத்தத்தில் வட மாநிலங்கள் வெற்றி பெற்றன. யுத்தம் முடிவுற்று அதன் விளைவாக இரண்டு லட்சம் ஐரிஷ்காரர்கள் இரு தரப்பு படைகளிலிருந்தும் விடுவிக்கப்பட்டனர். இவர்கள் ஃபெனியன் ரகசிய அமைப்பிற்கு விசுவாசம் எடுத்துக் கொண்டவர்கள். அமெரிக்காவின் உள்நாட்டு யுத்தம் நடைபெற்று வந்த நேரத்தில் ஃபெனியன் இயக்கத்தைச் சேர்ந்தவர்கள் அயர்லாந்தில் ஒரு அரசியல் தாக்குதல் தொடுக்க வேண்டுமென்பதற்காக, 'ஐரிஷ் மக்கள்' என்ற புரட்சிகர பத்திரிகையை ஆரம்பித்தனர். இதன் முதல் இதழ் 1863-ம் ஆண்டு நவம்பர் 29-ம் தேதியன்று டப்ளின் நகரில் வெளியானது. இதை நடத்தியவர்களில் ஓ'டொனோவான் ரோஸா என்பவன் முக்கியமானவர்.

இந்தப்பத்திரிகை, அயர்லாந்து மக்களிடையே பெரும் வரவேற்பைப் பெற்றது. ஆனால் அதே நேரத்தில் அது, இங்கிலாந்து அரசாங்கம், பாதிரியார்கள், முதலாளிகள் ஆகியோரின் கோபத்துக்கு இலக்கானது. இங்கிலாந்து அரசாங்கம் ஃபெனியன் இயக்கத்தையும், 'ஐரிஷ் மக்கள்' பத்திரிகையையும் ஒழித்துக் கட்ட திட்டமிட்டது. முதற்கட்ட நடவடிக்கையாக, 1865-ம் ஆண்டு செப்டெம்பர் 15-ம் தேதியன்று நள்ளிரவில் இந்தப் பத்திரிகை அலுவலகத்தையும் அதன் முக்கியப் பொறுப்பாளர் களின் இல்லங்களையும் சோதனையிட்டது. 'ஓ' டொனோவான் ரோஸா' உள்பட பலரைக் கைது செய்து, ஒரு பெரிய வழக்கை ஜோடித்தது. அரசாங்கத்தைக் கவிழ்க்க சதி செய்ததாக, அவர்கள் மீது குற்றஞ்சாட்டியது. மிக மோசமான நபரான வில்லியம் என்ற பிரதம நீதிபதியை இந்த வழக்கை விசாரிக்கும்படி இங்கிலாந்து அரசாங்கம் நியமித்தது. ரோஸா, தனக்காகத்தானே வாதாடினார். மற்றவர்களுக்கு வழக்கறிஞர்கள் அமர்த்தப்பட்டனர்.

இறுதியில் தீர்ப்பு வழங்கப்பட்டபோது, ரோஸாவுக்கு ஆயுள் தண்டனையும், மற்ற மூவருக்கு இருபதாண்டு தண்டனையும் வழங்கப்பட்டன. கொடூரமான இந்தத் தண்டனையானது அயர்லாந்தில் மட்டுமல்ல, இங்கிலாந்திலும்கூட பலத்த கண்டனத்துக்கு ஆளானது. சிறையில் அடைக்கப்பட்ட ஓ' டொனோவான் ரோஸாவும் மற்ற ஃபெனியன் இயக்கக் கைதிகளும் மிகக் கொடூரமாக நடத்தப்பட்டனர். ஓ'டொனோ வான் ரோஸா கைகள் பின்புறமாகக் கட்டப்பட்ட நிலையில் இருட்டறையில் அடைக்கப்பட்டார். 24 மணி நேரமும் கைகளில்

விலங்கிடப்பட்டிருந்ததால் அவருக்குக் கொடுக்கப்பட்ட உணவான கஞ்சியை தரையில் மண்டியிட்டு நாவால் நக்கித்தான் குடிக்க முடிந்தது. ஓ'லியரி என்ற எழுபது வயது ஃபெனியன் கைதிக்கு, மூன்று வார காலத்துக்கு வெறும் ரொட்டியும், தண்ணீரும்தான் கொடுக்கப்பட்டது. ஏனென்றால் ஓ'லியர், சுதந்தர சிந்தனை கொண்டிருக்கிறார் என்றும் அதைக் கைவிட அவர் மறுக்கிறார் என்பதாலும் இந்தத்தண்டனை வழங்கப் பட்டதாகச் சிறைச்சாலை அதிகாரி கூறினார்.

19 வயது நிரம்பிய ஓர் இளம் ஐரிஷ்காரர், இங்கிலாந்து ராணு வத்தில் பணியாற்றியபோது சில ராஜத்துரோகக் கட்டுரைகள் வைத்திருந்தார் என்ற காரணத்தைக்கூறி, இரு ஆண்டு சிறைத் தண்டனை விதிக்கப்பட்டார். தீர்ப்பு அளிக்கப்பட்டதும் அவர் தன் தொப்பியை உயரே தூக்கி எறிந்து ஐரிஷ் குடியரசு வாழ்க என்று முழக்கமிட்டார். அதற்காக அவருக்கு இரண்டாண்டு கூடுதல் சிறைத்தண்டனை விதிக்கப்பட்டதோடு, ஐம்பது கசையடியும் கொடுக்கப்பட்டது. சிறையில், அடைக்கப்பட்ட கேரி என்ற பத்திரிகையாளர், அங்கே மன நோயாளிகளுக்கான இடத்தில் அடைக்கப்பட்டார். அதேபோல் கர்னல் பர்கி என்ற ஃபெனியன் இயக்கக் கைதி, சிறைக்கொடுமைகள் காரண மாகச் சிந்திக்கும் சக்தியையே இழந்தார். இங்கிலாந்து நாடாளுமன்றத்தில் ஃபெனியன் இயக்கக் கைதிகள் கொடுமைப்படுத்தப்படுவது குறித்து சில உறுப்பினர்கள் பேசியபோது, அன்றைய இங்கிலாந்துப் பிரதமரான கிளாட்ஸ் டோன் இத்தகைய கொடுமைகள் எதுவுமே நடக்காததுபோல மழுப்பினார்.

ஃபெனியன் இயக்கக் கைதிகள் ஒரு சிறையிலிருந்து மற்றொரு சிறைக்கு வன விலங்குகளைப்போல இழுத்துச் செல்லப் பட்டனர். கொடிய குற்றவாளிகளுடன் இருக்கும்படி நிர்ப் பந்திக்கப்பட்டனர். இந்தக் குற்றவாளிகள் அணிந்திருந்த பழைய துணிகளையே அணியும்படி ஃபெனியன் இயக்கக் கைதிகள் நிர்ப்பந்திக்கப்பட்டனர். அத்துடன், இந்தக் குற்றவாளிகள் மலஜலம் கழித்த தொட்டிகளையும் சுத்தப்படுத்தும்படி அந்த ஃபெனியன் கைதிகள் நிர்ப்பந்திக்கப்பட்டனர். மேலும், மோசமான நோய்கள் நிரம்பிய இந்தக் குற்றவாளிகள் பயன்படுத்திய நீரைத்தான் ஃபெனியன் இயக்கக் கைதிகள் பயன்படுத்த வேண்டுமெனவும் நிர்ப்பந்திக்கப்பட்டனர்.

கார்ல் மார்க்சின் மூத்த மகளும், அயர்லாந்து விடுதலைப் பிரச்னையில் மிகுந்த ஆர்வம் கொண்டிருந்தவருமான ஜென்னி, பாரிஸ் நகரத்திலிருந்து வெளிவந்த 'மார்செய்ல்ஸ்' பத்திரிகையில் இத்தகைய கொடுமைகள் குறித்து எழுதிய பின்னர்தான், இந்த விவரங்கள் வெளியே வந்தன. இங்கிலாந்து அரசாங்கத்தின் கபடத்தனம் அம்பலமானது. இதன் விளைவாகப் பொதுமக்களிடையேயிருந்து பலத்த கண்டனம் எழுந்தது. இதைத் தொடர்ந்து இங்கிலாந்து அரசாங்கம் ஒரு நாடாளுமன்ற விசாரணைக் குழுவை நியமிக்கும்படி நிர்ப்பந்திக்கப்பட்டதோடு ஓ'டொனோவான் ரோஸாவையும், மற்ற ஃபெனியன் இயக்கக் கைதிகளையும் விடுதலை செய்து அமெரிக்காவில் போய் குடியேறும்படி உத்தரவிட்டது.

ஃபெனியன் இயக்கம் தொடர்ந்து ஸ்தல நடவடிக்கைகள் பலவற்றில் ஈடுபட்டது. ஆனால், அவை வெற்றி பெறவில்லை. ஆயுதமேந்திய நடவடிக்கையில் ஈடுபட்டு பிடிபட்ட பல ஃபெனியன்கள் தூக்கிலிடப்பட்டனர். இவை அனைத்தும் அயர்லாந்து மக்களிடையே கொதிப்பை ஏற்படுத்தின. தூக்கிலிடப்பட்டவர்களின் சவ ஊர்வலங்களில் ஏராளமான மக்கள் கலந்துகொண்டு, தங்கள் கண்டனங்களை முழங்கினர். ஒரு ராணுவ சதி என்ற முறையில் ஃபெனியன் இயக்கம் முடிவில் தோல்வியடைந்தது. ஆனால், இங்கிலாந்துக்கெதிராக, ஐரிஷ் மக்களிடையே பெரும் ஆவேச உணர்வை அது ஏற்படுத்த முடிந்தது.

19. ஹோம்ரூல் கட்சி

அயர்லாந்து

ஃபெனியன் இயக்கம் முடிவுற்றதற்குப் பின்னர் 'சுயாட்சிக் கட்சி' என்ற 'ஹோம் ரூல் கட்சி' ஒரு வெகுஜன இயக்கமாக உருவெடுத்தது. ஃபெனியன் இயக்கத்தில் தண்டிக்கப்பட்டவர்களுக்கு மன்னிப்பு அளிக்க வேண்டுமென்று இந்த இயக்கம் கோரியது. கார்ல் மார்க்ஸ் தலைமையில் இருந்த சர்வதேச உழைக்கும் மக்கள் கழகத்தினால் வழிகாட்டப்பட்ட ஆங்கிலேயத் தொழிலாளிகள் இந்த மன்னிப்புக் கோரிக்கைக்கு ஆதரவாகக் கிளர்ந்தெழும் படிச் செய்யப்பட்டனர். இங்கிலாந்தின் தொழிலாளிகளுக்கும், ஐரிஷ் தேசிய இயக்கத்துக்குமிடையே ஒரு போராட்ட ஒற்றுமையை இது உருவாக்கியது. இவ்விரு நாட்டு மக்களின் உழைக்கும் மக்களிடையே பலமான ஒற்றுமை உருவானால், தனக்கு ஆபத்து என்று கருதிய இங்கிலாந்து அரசாங்கம் அந்த வேகத்தை மட்டுப்படுத்துவதற்காகச் சில காரியங்களைச் செய்தது. இங்கிலாந்தின் பிரதமராயிருந்த கிளாட் ஸ்டோன், 1870-ம் ஆண்டில் ஃபெனியன் இயக்கத்தைச் சேர்ந்த 100 கைதிகளை விடுதலை செய்வது உள்ளிட்டு பல சலுகைகளை அயர்லாந்துக்கு வழங்கினார். இதைத் தொடர்ந்து படிப்படியாக ஃபெனியன் இயக்கக் கைதிகள் விடுதலை செய்யப்பட்டனர்.

ஹோம்ரூல் கட்சி, அயர்லாந்துக்கு சுய ஆட்சி வழங்குவதை விவாதிக்கத் தயாராக இல்லாத இங்கிலாந்து அரசாங்கத்தை

எதிர்த்து நிரந்தரமாகப் போராடுவது என்று முடிவு செய்தது. இந்தக் கட்சியில் கத்தோலிக்கர்கள், புரொட்டஸ்டாண்டுகள், மிதவாதிகள், பழைமைவாதிகள் மற்றும் ஃபெனியன்கள் ஆகியோர் இடம் பெற்றிருந்ததே இது ஒரு சக்திவாய்ந்த அமைப்பு என்பதற்குச் சான்றாக விளங்கியது.

1874-ம் ஆண்டில் நடைபெற்ற பொதுத் தேர்தலில் சுய ஆட்சிக் கட்சி அயர்லாந்தில் 60 இடங்களில் வெற்றி பெற்றது. இரு இடங்களில் குறைந்த வாக்கு வித்தியாசத்தில் தோல்வி கண்டது. இந்த நாடாளுமன்ற உறுப்பினர்களில் குறிப்பிடத்தகுந்தவர் சார்லஸ் ஸ்டூவர்ட் பார்னல். இவர், அயர்லாந்துப் பிரச்னையை தொடர்ந்து இங்கிலாந்து மக்கள் முன்பும், உலக மக்கள் முன்பும் வெளிப்படுத்துவதற்காகச் சில நாடாளுமன்ற யுக்தி முறைகளைக் கையாண்டார். பல மணி நேரம் நீடித்த பிரசங்கங்களை இங்கிலாந்து நாடாளுமன்றத்தில் நிகழ்த்தினார். நாடாளுமன்றத்தின் நடவடிக்கைகள் ஒவ்வொன்றிலும் குறுக்கிட்டு தகராறுகள் செய்தார். இங்கிலாந்து நாடாளுமன்றத்தில் ஐரிஷ் சுய ஆட்சிக் கட்சியின் தலைவராக விளங்கிய பார்னலின் நடவடிக்கைகள், இங்கிலாந்தின் ஆளும் கட்சிகளுக்குத் தொடர்ந்து தொல்லையளித்தன. இங்கிலாந்தின் இரு பெரும் கட்சிகளான மிதவாதிகள் கட்சிக்கும், பழைமைவாதிகள் கட்சிக்கும் சில சமயங்களில் சம அளவு உறுப்பினர்கள் இருந்த போது, ஐரிஷ் குடியரசுக்கட்சி தனது பலத்தினால் ஏதாவதொரு தரப்பில் சேர்ந்து மற்றொரு தரப்பை வீழ்த்த முடிந்தது.

இது மாறி மாறி நடைபெற்றது என்பதுடன் அதன் மூலம் அயர்லாந்துப் பிரச்னை தொடர்ந்து முன் நிறுத்தப்பட்டு வந்தது. இங்கிலாந்து அரசாங்கத்தின் மீது நிர்ப்பந்தமும் அதிகரித்து வந்தது. இவை அனைத்தின் விளைவாக மிதவாத கட்சியைச் சேர்ந்த இங்கிலாந்தின் பிரதமர் கிளாட் ஸ்டோன், 1886-ம் ஆண்டில் அயர்லாந்து சுய ஆட்சி மசோதாவை இங்கிலாந்து நாடாளுமன்றத்தில் கொண்டுவந்தார். இது, மிக சாதாரண நடவடிக்கை என்ற போதிலும் இங்கிலாந்தின் பழைமைவாதக் கட்சி இந்த மசோதாவைக் கடுமையாக எதிர்த்தது. அதோடு சேர்ந்துகொண்டு மிதவாதக் கட்சியின் ஒரு பகுதியையும் எதிர்த்தது. இதனால் அந்தக் கட்சி, இரண்டு துண்டாக உடைந்தது. இவற்றின் விளைவாக, அயர்லாந்து மசோதா தோற்கடிக்கப்பட்டது. கிளாட் ஸ்டோனும் பதவி இழந்தார்.

ஆறு ஆண்டுகளுக்குப் பிறகு 1893-ம் ஆண்டில் கிளாட்ஸ்டோன் மீண்டும் பிரதமரானபோது இரண்டாவது சுய ஆட்சி மசோதாவை மீண்டும் கொண்டு வந்தார். அது, இங்கிலாந்தின் மக்கள் சபையான காமன்ஸ் சபையில் குறைந்த வாக்கு வித்தியாசத்தில் ஏற்கப்பட்டது. ஆனால், பிரபுக்கள் சபையில் தோற்கடிக்கப் பட்டது. எனவே, மக்கள் சபை மீண்டும் அந்த மசோதாவை நிறைவேற்றியது.

சுய ஆட்சிக் கட்சியானது நாடாளுமன்றத்தில் தீவிரமாக பங்கெடுப்பதன் மூலம், அயர்லாந்துக்கு பல நன்மைகள் கிடைக்கக் கூடுமென்று கருதியது. அயர்லாந்து மக்களின் நம்பிக்கையைப் பெற்ற இந்தக் கட்சிக்கு, 'ஐரிஷ் தேசியவாதக் கட்சி' என்ற பெயரும் உண்டு. சில வருடங்களில் அயர்லாந்து மக்களிடையே ஒரு கருத்து பரவியது. இத்தகைய நாடாளுமன்ற நடவடிக்கைகள் மூலம் அயர்லாந்து சுதந்தரம் பெற முடியாது. அது, தன்னைத்தானே வலிமையாக்கிக்கொண்டு போராட வேண்டும் என்ற கருத்து, பலமாக உருப்பெறத் தொடங்கியது. தன்னுடைய கெய்லிக் மொழியையும், கெய்லிக் கலாசாரத்தை யும் பாதுகாத்து பலப்படுத்த வேண்டும் என்ற உணர்வும், அவர்களிடையே மேலோங்கியது. ஆங்கிலேயர்களின் ஆதிக் கத்தில் அழிக்கப்பட்டுப்போன தனது கலாசாரப் பாரம்பரியங் களை மீண்டும் நிலைநாட்ட வேண்டுமென்ற உணர்வும் மேலோங்கியது. தன்னுடைய கெய்லிக் மொழியை ஒரு மொழியாகச் சீரமைக்கும் பொருட்டு, அயர்லாந்தின் மேற்குப் பகுதி கிராமங்களில் மட்டுமே எழுத்து வழக்கிலும், பேச்சு வழக்கிலும் இருந்த ஐரிஷ் மொழியை ஒரு சக்தி வாய்ந்த மொழியாக உருவாக்கும் பொருட்டு 'கெய்லிக் லீக்' என்ற கழகம் உருவாக்கப்பட்டது. இவை அனைத்தின் விளைவாக, 'சின்பீன்' என்ற இயக்கம் அயர்லாந்தில் உருவெடுத்தது. 'சின்பீன்' என்றால் நமக்கு நாமே என்று பொருள்படும். இந்த இயக்கம் தோன்றுவதற்குக் காரணமாக இருந்தவர் ஆர்தர் கிரிபித் என்ற இளம் அயர்லாந்துக்காரர் ஆவார்.

அயர்லாந்து வேறெந்த நாட்டையும் சார்ந்திருக்கக் கூடாது, தனது சொந்தக் காலிலேயே இருக்க வேண்டும் என்று இந்த சின்பீன் இயக்கம் கூறியது. அது, கெய்லிக் மொழிவளர்ச்சிக்கும், ஐரிஷ் கலாசார மறுமலர்ச்சிக்கும் ஆதரவளித்தது. அது நாடாளுமன்ற நடவடிக்கையின் பயனற்ற அம்சங்களை நிராகரித்தது. ஆனால்

அதே நேரத்தில் ஆயுதப் போராட்டம் சாத்தியமானது என்றும் அது கருதவில்லை. மக்களைத் திரட்டி இங்கிலாந்து அரசாங்கத்துக்கெதிராக நேரடி நடவடிக்கையில், அதாவது ஒத்துழையாமை இயக்கம் போன்ற ஒரு நடவடிக்கையைத் தொடங்குவதென்று முடிவெடுத்து நடவடிக்கையில் இறங்கியது.

'சின்பீன்' இயக்கம் வெகு விரைவில் அயர்லாந்து முழுவதும் பரவி ஏராளமான வாலிபர்களை ஈர்த்தது. இங்கிலாந்தினால் அடக்க முடியாத ஓர் இயக்கமாக அது உருவெடுக்கத் தொடங்கியது.

எனவே, இங்கிலாந்து அரசாங்கம், 1912-ம் ஆண்டில் மீண்டும் ஒரு சுய ஆட்சி மசோதாவைக் கொண்டு வந்தது. பிரபுக்கள் சபையின் பல இடையூறுகளுக்குப் பிறகு அது 1914-ம் ஆண்டில் சட்டமானது.

இதே காலகட்டத்தில் மற்றொரு நிகழ்ச்சிப் போக்கும் தோன்ற ஆரம்பித்தது. அயர்லாந்தின் வடக்குப் பகுதியான உல்ஸ்டர் பகுதியில் இருந்த புரொட்டஸ்டாண்டுகள், அயர்லாந்துக்குச் சுய ஆட்சி வழங்கக் கூடாதென்று மிரட்டினர். அவ்வாறு ஏதாவது சட்டத்தை இங்கிலாந்து நிறைவேற்றுமானால், அதை எதிர்த்துப் போராடப் போவதாகக் கூறியதோடு அவர்கள் நிற்கவில்லை. இங்கிலாந்துக்கெதிராக ஓர் எழுச்சியை உருவாக்கத் தயங்கப் போவதில்லை என்றும் அவர்கள் கூறினர். இந்தப் புரொட்டஸ்டாண்டுகளுக்கு இங்கிலாந்தின் பணக்கார பழைமைவாதிகள் (கன்சர்வேடிவ்கள்) பெரும் நிதி அளித்து தூண்டிவிட்டனர். இவர்களுக்காக ஏராளமான ஆயுதங்கள் சேகரிக்கப்பட்டன. தொண்டர்களுக்கு ஆயுதப் பயிற்சிகள் அளிக்கப்பட்டன. இங்கிலாந்து அரசாங்கம், இந்த புரொட்டஸ்டாண்டு கும்பல்களுக்கெதிராக எந்த நடவடிக்கையும் எடுக்காமல் வேடிக்கை பார்த்துக் கொண்டிருந்தது.

அயர்லாந்திலிருந்த கத்தோலிக்க மக்கள் சுய ஆட்சி பெறுவதற்கான போராட்டத்தை நடத்துவதற்காகவும், தேவையானால் 'உல்ஸ்டர்' பகுதியினருக்கெதிராகப் போராடுவதற்காகவும் 'தேசிய தொண்டர் படை' என்ற அமைப்பை உருவாக்கினார். உல்ஸ்டர் பகுதி புரொட்டஸ்டாண்டுகளுக்கு எதிராக எவ்வித நடவடிக்கையும் எடுக்காத இங்கிலாந்து அரசாங்கம், கத்தோலிக்க மக்களின் 'தேசிய தொண்டர் படை'யை ஒடுக்குவதற்கு முனைந்தது.

இந்த நிலையில் 1914-ம் ஆண்டு ஆகஸ்ட் மாதத்தில் முதல் உலக யுத்தம் வெடித்தது. அது முடியும்வரை சுய ஆட்சிச் சட்டம் அமலுக்கு வராது என்று அந்தச் சட்டத்திலேயே வரையறை செய்யப்பட்டிருந்ததால் அது கிடப்பில் போடப்பட்டது.

முதல் உலக யுத்தம் வெடித்ததும் அயர்லாந்தின் தேசிய உணர்வு, இங்கிலாந்துக்கும், பிரான்சுக்கும் ஆதரவாக இருந்தது. அதற்கு ஒரு காரணம் உண்டு. பிரான்ஸ் நாடு தொடர்ந்து அயர்லாந்தின் போராட்டங்களுக்கு ஆதரவளித்து வந்ததும், அயர்லாந்துக்கு சுயாட்சி வழங்குவதாக இங்கிலாந்து அறிவித்ததுமாகும்.

அயர்லாந்திலிருந்து இங்கிலாந்து ராணுவத்துக்கு ஆள் திரட்டப் பட்டது. உல்ஸ்டர் பகுதியிலிருந்து திரட்டப்பட்டதைக் காட்டிலும் அதிகமாகக் கத்தோலிக்கப் பகுதியிலிருந்து ஆள் திரட்டப்பட்டது. ஆனால், உல்ஸ்டர் பகுதியினர் தனி ராணுவப் பிரிவாக அமைக்கப்பட்டனர். அவர்களுக்கென்று தனியான இலச்சினை கொடுக்கப்பட்டது. அவர்களைச் சேர்ந்தவர்களே அவர்களுக்கும் அதிகாரிகளாக இருந்தனர்.

அயர்லாந்து கத்தோலிக்கப் படை வீரர்கள் அனைவரும் வேறு பிரிவில் வைக்கப்பட்டனர். அவர்களுக்கென்று தனியான இலச்சினை எதுவும் கொடுக்கப்படவில்லை. இவர்களின் தலைவராக ஆங்கிலேய பழைமைவாத ராணுவ அதிகாரிகள் நியமிக்கப்பட்டனர். சொல்லப்போனால் இந்தக் கத்தோலிக்க ஐரிஷ்காரர்கள் இங்கிலாந்து மற்றும் ஸ்காட்லாந்து படைப் பிரிவின் கீழ் பிரித்துவிடப்பட்டனர்.

ஐரிஷ்காரர்கள் ஒரே படைப்பிரிவாக வைக்கப்பட்டு பயிற்சி அளிக்கப்பட்டால், அவர்களின் தேசிய இன உணர்வு வளரும், அது தனக்கு ஆபத்து என்று இங்கிலாந்து அரசாங்கம் கருதியதால், அது ஐரிஷ் ராணுவ வீரர்களை இரண்டாந்தர பிரிவாக வைத்து அவமானமிழைத்தது. இவை அனைத்தும் சேர்ந்து அயர்லாந்து தேசியவாதிகளிடையே பெரும் ஆத்திரத்தையும், கோபத்தையும் ஏற்படுத்தின.

அயர்லாந்து தொண்டர்படையில் இத்தருணத்தில் ஒரு பலமான கருத்து உருவானது. 'இங்கிலாந்தின் துயரம்' என்பது 'அயர் லாந்தின் வாய்ப்பு'. எனவே, ஒரு பெரும் எழுச்சியை உருவாக்க

இதுவே நல்ல சந்தர்ப்பம் என்று பலமான கருத்து எழுந்தது. ஆனால் 'ரெட் மான்ட்' என்பவரின் தலைமையில் இருந்த ஒரு பகுதியினர் இதை எதிர்த்தனர். எனவே, இது குறித்து விவாதிக்க ஒரு தேசிய சிறப்பு மாநாட்டைக் கூட்டினர். இந்த மாநாட்டில் ஒரு பிளவு ஏற்பட்டது. தொண்டர் இயக்கத்தில் இருந்த குடியரசுவாதிகள் ஒரு பிரிவாகவும், ரெட்மான்ட் தலைமையில் இருந்த மற்றொரு சிறு பகுதியினர் மற்றொரு பிரிவாகவும் பிரிந்த நிலையில் இந்தத் தொண்டர் இயக்கம் இரு பிரிவுகளாக உடைந்தது. குடியரசுவாதிகள் தங்கள் பிரிவுக்கு 'ஐரிஷ் தொண்டர்'களென்றும் ரெட்மான்ட் ஆதரவாளர்கள் தங்கள் பிரிவுக்குத் 'தேசிய தொண்டர்'களென்றும் பெயரிட்டுக் கொண்டனர்.

ஆனால், தேசிய தொண்டர்படை வெகு விரைவிலேயே தனது பலத்தை இழந்தது. அதற்கு மாறாக, ஐரிஷ் தொண்டர் படை பெரிய வளர்ச்சி பெற்ற 18 ஆயிரம் உறுப்பினர் என்ற அளவை எட்டியது. இவற்றில் மூன்றில் ஒரு பகுதியினர் டப்ளின் நகரையும், அதைச் சுற்றியுள்ள பகுதியையும் சேர்ந்தவர்கள். டப்ளின் படைப்பிரிவுகளுக்கு ஆயுதங்களும், வெடி மருந்து களும் அளிக்கப்பட்டு அவை தயார் நிலையில் இருந்தன. டப்ளின் நகருக்கு வெளியே சில படைப்பிரிவுகள் முற்றிலும் ஆயுதபாணியாக்கப்பட்டிருந்தன.

இதே சமயத்தில் பிரஜைகள் ராணுவம் என்று ஒன்றும் அங்கே உருவாக்கப்பட்டுக்கொண்டிருந்தது. அதைச் சேர்ந்தவர்களும், தேசிய தொண்டர் படையினரும் கூட்டாக அணிவகுப்புகள் நடத்தினர். பயிற்சிகள் செய்தனர். பிரஜைகள் ராணுவத்தின் தளபதியாக 'ஜேம்ஸ் கன்னோலி' என்பவர் இருந்தார். இவர், மார்க்சீய சிந்தனையோட்டம் கொண்ட சோசலிஸ்ட்காரர். அத்துடன் 'ஐரிஷ் தொழிலாளி' என்ற பத்திரிகையின் ஆசிரியரு மாவார். அவருடைய எழுத்துக்கள் அயர்லாந்தின் தேசிய உணர்வைக் கிளர்ந்தெழச் செய்வதற்கு பெரிதும் உதவின. அயர்லாந்துக்கு சுயாட்சி என்பது மக்களின் கோரிக்கைக்குத் தீர்வாக அமையாது என்று அவர் முன்கூட்டியே கூறினார். உல்ஸ்டரிலுள்ள முதலாளித்துவ வர்க்கத்தினர் செய்துவரும் பிரசாரத்தில் பெல்பாஸ்ட் மற்றும் மற்ற ஆறு பிரதேசங் களிலுள்ள தொழிலாளிகள் ஏமாந்துவிடக்கூடாதென்று அவர் வலியுறுத்தினார். இந்த முதலாளிகள் இங்கிலாந்திலிருந்து ஆயுத

உதவி பெற்று தங்களுடைய தொழிலாளிகளை அடக்கி வைத்திருக்க வேண்டுமென்பதற்காகவே அந்த நாட்டுடன் தொடர்பு வைத்துக்கொள்ள விரும்புகின்றனர் என்பதையும் அவர் அம்பலப்படுத்தினார்.

அயர்லாந்தின் நிர்வாகம் இந்த ஐரிஷ் தொண்டர்படையின் நடவடிக்கைகளைக் கூர்ந்து கவனித்து வந்தது. இவர்களுடைய பிரசுரங்களையும், பத்திரிகைகளையும் அச்சிடக்கூடாதென்று அச்சகங்களையும் மிரட்டி வந்தது.

20. ஈஸ்டர் எழுச்சி

அயர்லாந்து

1916-ம் ஆண்டு ஜனவரி மாதத்தில் ஒரு பெரும் எழுச்சிக்குத் திட்டமிடப்பட்டது. அதன்படி ஈஸ்டர் திங்கள் இந்த எழுச்சியைத் தொடங்க முடிவு செய்யப் பட்டது. தொண்டர்படையினரும் தயார் நிலையில் வைக்கப்பட்டனர். திட்டமிட்ட படி தொடங்கிய கிளர்ச்சியில் சாதாரண மக்கள் பெருமளவில் பங்கேற்றனர். பெண் களும் கலந்து கொண்டனர். எழுச்சியாளர் களின் திட்டம் முழுவதும் டப்ளின் கோட்டையைச் சுற்றியுள்ள பகுதிகளை பிடிப்பதென்பதாகவே இருந்தது. அரசாங்கத்தின் படைகள் மூர்க்கத்தனமான எதிர்தாக்குதல்கள் தொடுத்தன. தேசிய தொண்டர் படையின் தளபதியாகச் செயல்பட்ட ஜேம்ஸ் கன்னோலி, குண்டு தாக்குதலில் படுகாயமடைந்தார். ஒரு வார காலத்துக்குள் இந்த எழுச்சி முற்றிலும் ஒடுக்கப்பட்டுவிட்டது. சுமார் 3 ஆயிரம் பேருக்கு மேல் கொல்லப்பட்டனர். இதைத் தொடர்ந்து இந்தத் தொண்டர் படையின் இயக்கத் தலைவர்கள் பலர் கைது செய்யப்பட்டு, தூக்கிலிடப்பட்டனர். படுகாய மடைந்து நிற்க முடியாத நிலையிலிருந்த ஜேம்ஸ் கன்னோலி, நாற்காலியில் உட்கார வைக்கப்பட்டு சுட்டுக் கொல்லப்பட்டார்.

ஈஸ்டர் எழுச்சி என்று அயர்லாந்தின் விடுதலைப் போராட்ட வரலாற்றில் சிறப்பிடம் பெற்ற இந்த நிகழ்ச்சியானது, இங்கிலாந்து அரசாங்கத்தினால் மிருகத்தனமாக ஒடுக்கப்பட்டது

என்ற போதிலும் அது, தொடர்ந்து அயர்லாந்தில் மிகப்பெரும் எழுச்சிகள் உருவாகக் கூடும் என்ற பயத்தை இங்கிலாந்து அரசாங்கத்துக்கு ஏற்படுத்தியது. இந்த எழுச்சியில் கலந்து கொண்டதற்காக ஆயிரக்கணக்கான ஐரிஷ்காரர்கள் சிறைகளில் அடைக்கப்பட்டனர். மிகவும் மனிதாபிமானமற்ற முறையில் நடத்தப்பட்டனர். மற்றும் ஏராளமானோர் தனித்தனி முகாம் களில் அடைக்கப்பட்டனர்.

இந்தச் சிறைச்சாலைகளும், முகாம்களும் ஐரிஷ் விடுதலை வீரர்களுக்குப் பயிற்சிப் பள்ளிகளாயின. அமெரிக்காவிலும், மற்ற நாடுகளிலும் மிகப்பெரும் எண்ணிக்கையில் குடியேறி இருந்த அயர்லாந்துக்காரர்களின் நிர்ப்பந்தத்தின் விளைவாக அமெரிக்க அரசாங்கம் உள்ளிட்ட பல அரசாங்கங்கள், இங்கிலாந்து அரசாங்கத்துக்குக் கடும் எதிர்ப்பைத் தெரிவித்தன. இதன் காரணமாகச் சிறைப்படுத்தப்பட்டிருந்த ஐரிஷ் போராளிகள், படிப்படியாக விடுதலை செய்யப்பட்டனர். விடுதலையான ஒவ்வொருவரையும் ஐரிஷ் மக்கள் பலத்த ஆரவாரத்துக்கிடையே வரவேற்றனர். ஈஸ்டர் விடுதலைப் போராளிகள்தாம் அயர்லாந்தின் நலனைக் காப்பவர்கள் என்ற எண்ணம் அந்த மக்களிடையே வேரூன்றியது.

விடுதலையான போராளிகள் ஓர் அமைப்பை உருவாக்கும் பணியில் இறங்கி 'சிறைக் கைதிகள் உதவிச் சங்கம்' என்பது உருவாக்கப்பட்டது. கெய்லிக் லீக்கின் கிளைகள் இந்த அமைப்பின் செயல்பாடு மையங்களாக விளங்கின. தொண்டர் படை மீண்டும் சீரமைக்கப்பட்டது. அவர்கள் சீருடை அணிந்து அணிவகுப்புகள் நடத்த ஆரம்பித்தனர். துப்பாக்கிகளுக்குப் பதில் தடிகள் ஏந்தி பயிற்சி செய்தனர். அயர்லாந்து தேசம் முழுவதுமே ஒரு புதிய போராட்ட உணர்வு மேலோங்கி இருந்தது. இது சிறையில் இருந்த வீரர்களுக்கு மேலும் தெம்பை அளித்தது. அவர்கள், நீதிமன்றத்தின் அதிகாரத்தை ஏற்க முடியாதென்று பிரகடனம் செய்தனர். தங்களை அரசியல் கைதிகளாக நடத்தவேண்டுமெனக் கோரி அவர்கள் சிறையில் போராட்டம் நடத்தினர். உண்ணாவிரதம் தொடங்கினர். இதில் தாமஸ் ஆழ் என்பவர் உயிர் நீத்தார். இதனால் அயர்லாந்து முழுவதுமே கொந்தளித்தது. அவருடைய இறுதி நிகழ்ச்சியில் பல்லாயிரக் கணக்கான மக்கள் பங்கேற்று இறுதி அஞ்சலி செலுத்தினர். அவருக்கு ராணுவ முறையில் மரியாதை செலுத்தப்பட்டது.

பலத்த நிர்ப்பந்தங்களின் விளைவாக, இங்கிலாந்து அரசாங்கம் இந்தக் கைதிகளுக்கு அரசியல் அந்தஸ்து அளித்தது. அது, இந்தக் குடியரசு வீரர்களை 'சின் பீனர்கள்' என்றே அழைத்தது. அவ்வாறு அழைத்ததன் மூலம் அவர்களுடன் ஒரு உடன் பாட்டுக்கு வருவதற்கான சமிக்ஞையை வெளிப்படுத்தியது. போராட்ட வீரர்களும் அதைப்புரிந்துகொண்டு, புதிய சட்ட திட்டத்தையும், புதிய கொள்கைத் திட்டத்தையும் கொண்ட 'சின் பீனர்கள் கட்சியை' உருவாக்கினர். 1917-ம் ஆண்டு அக்டோபர் மாதத்தில் அவர்களுடைய வருடாந்திர சிறப்பு மாநாடு நடைபெற்றது. அதில், ஈஸ்டர் எழுச்சி தளபதிகளில் உயிர்த் தப்பிய ஏமன் டிவேலரா என்பவரைத் தங்கள் தலைவராகவும், ஆர்தர் கிரிபித் என்பவரை உதவித்தலைவராகவும் தேர்ந் தெடுத்தனர். சின்பீன் அமைப்பின் நிர்வாகக் குழு என்பதுதான், ஐரிஷ் தேசத்தின் அரசாங்கம் போன்றதென்பது கெய்லிக் லீக் அமைப்பினாலும் இதர ஐரிஷ் தேசிய அமைப்புகளாலும் ஏற்றுக் கொள்ளப்பட்டது.

1918-ம் ஆண்டில் அயர்லாந்தில் பொதுத் தேர்தல் நடைபெற்றது. இதில் சின்பீனர்கள் அதாவது குடியரசுவாதிகள் மிகப்பெரும் வெற்றி பெற்றனர். தேர்தல் முடிவுகள் ஐரிஷ் மக்களால் உற்சாகமாக வரவேற்கப்பட்டன. தேர்ந்தெடுக்கப்பட்ட இந்தக் குடியரசு பிரதிநிதிகள், டப்ளின் நகரில் கூடினர். அயர்லாந்தின் மொத்தமுள்ள 83 இடங்களில் 73 இடங்களை குடியரசுவாதிகள் பெற்றிருந்தனர். இவர்களில் ஏமன் டிவேலரா உள்ளிட்ட 36 பேர் சிறையிலும் மற்றும் பலர் தலைமறைவாகவும் இருந்தனர்; அல்லது அமெரிக்காவில் இருந்தனர்.

தேர்ந்தெடுக்கப்பட்டவர்களில் வெளியில் இருந்தவர்கள் அயர்லாந்து தேசிய சட்டசபையைக் கூட்ட முடிவு செய்து, கட்சி பேதமில்லாமல் தேர்ந்தெடுக்கப்பட்ட அனைவரையும் இக்கூட்டத்தில் கலந்துகொள்ள அழைத்தனர். இதைத் தொடர்ந்து 1919-ம் ஆண்டு ஜனவரி மாதம் 21-ம் தேதியன்றி 27 குடியரசுவாதிகள் டப்ளின் நகரில் உள்ள ஒரு மாளிகையில் கூடி தங்களை அயர்லாந்தின் சட்ட மன்றமாகப் பிரகடனம் செய்து கொண்டனர். 'அயர்லாந்து என்பது இறையாண்மை உள்ள சுதந்தரமான நாடு' என்ற ஒரு பிரகடனத்தை அவர்கள் வெளி யிட்டனர். 1916-ம் ஆண்டு ஈஸ்டர் வாரத்தின்போது உருவாக்கப் பட்ட ஒரு குடியரசின் வாரிசும், தொடர்ச்சியுமே அயர்லாந்து

சட்ட மன்றம் என்றும் இந்தப் பிரகடனம் கூறியது. மேலும், அந்தச் சட்டமன்றமானது ஒரு ஜனநாயகத் திட்டத்தை நிறை வேற்றியது.

ஏமன் டிவேலரா சிறையில் இருந்ததால், ஒரு தாற்காலிகத் தலைவர் நியமிக்கப்பட்டார். அவருக்கு அமைச்சர்களை நியமித்துக்கொள்ளும் அதிகாரம் கொடுக்கப்பட்டது.

இவ்வாறு அயர்லாந்தில் இரண்டு அரசாங்கங்கள் செயல்படத் தொடங்கின. ஒன்று, அயர்லாந்தின் மிகப்பெருவாரியான மக்களின் தார்மீக ஆதரவைப் பெற்ற அயர்லாந்து சட்டமன்றம்; மற்றொன்று டப்ளின் கோட்டைக்குள் இருந்துகொண்டு போலீஸ், ஆயுதப்படை, ராணுவம் மற்றும் கப்பற்படை ஆகிய வன்முறை சக்திகளைக் கொண்ட ஆங்கிலேய அரசாங்கம் என இரு அரசாங்கங்கள் செயல்படத் தொடங்கின.

1920-ம் ஆண்டு ஜனவரி மாதத்தில் நடைபெற்ற நகர கவுன்சில் தேர்தல்களிலும் ஜூன் மாதத்தில் நடைபெற்ற கிராமப்புற கவுன்சில் தேர்தல்களிலும் குடியரசுவாதிகள் மிகப் பெருமளவு வெற்றி பெற்றனர். 1921-ம் ஆண்டு நடைபெற்ற பொதுத் தேர்தலிலும் குடியரசுவாதிகள் மிகப்பெருவாரியாக வெற்றி பெற்றனர். அந்தத் தேர்தலில் மட்டும் 130 குடியரசுவாதிகள் வெற்றி பெற்றனர். இங்கிலாந்துடன் சேர்ந்திருக்க வேண்டு மென்ற யூனியன்வாதிகள் 44 இடங்களிலும், தேசியவாதிகள் 6 இடங்களிலும் வெற்றி பெற்றனர். இவ்வாறு 1919 முதல் 1921 ஜூலை மாதம் வரையில் நடைபெற்ற தேர்தல்களில் அயர்லாந்து மக்கள் தொடர்ச்சியாகத் தங்கள் ஆதரவை குடியரசு வாதிகளுக்குத் தந்து இங்கிலாந்து அரசாங்கத்தைத் தாங்கள் நிராகரிக்கிறோம் என்பதை எடுத்துக் காட்டினர். இதே கால கட்டத்தில் இங்கிலாந்து அரசாங்கத்தின் ஒவ்வொரு நிர்ப்பந் தத்தையும், ஒடுக்குமுறையையும் எதிர்த்து அயர்லாந்து சட்ட மன்றமும், மக்களும் கடுமையாகப் போராட வேண்டி இருந்தது.

21. குடியரசுப் படை உருவாகிறது

அயர்லாந்து

அயர்லாந்து நாடாளுமன்றம் எவ்வித அரசாங்க அமைப்பையும் ஏற்படுத்த முடியாதபடி இங்கிலாந்து முட்டுக்கட்டை போட்டது. அயர்லாந்து சட்டமன்றமும், நடுவர் நீதிமன்றங்கள் உள்ளிட்ட அதன் உப அமைப்புகளும் சட்ட விரோதமானவை என்று பிரகடனம் செய்யப்பட்டன. பொதுக்கடனுக்காக அயர்லாந்து சட்ட மன்றம் விடுத்த கோரிக்கை, ராஜத் துரோகமானது என்று கூறப்பட்டது. பொதுக்கடன் சம்பந்தமான விளம்பரங் களை பிரசுரித்த பத்திரிகைகள் ஒடுக்கப்பட்டன.

இது சம்பந்தமான பிரசுரங்களை வைத்திருப்பதோ, அல்லது விநியோகிப்பதோ குற்றமென்று கூறப்பட்டது. அயர்லாந்து சட்டமன்றம் கோரிய பொதுக்கடன் அது நிச்சயித்த இலக்கிற்கு அதிகமாகவே வந்து குவிந்தது. இவை பல இடங்களில் ரகசியமாக வைக்கப்பட்டிருந்தன. யாரிடம் எந்த இடத்தில் இந்தப் பணம் வைக்கப்பட்டிருக்கிறது என்பதைக் கண்டு பிடிப்பதற்காக இங்கிலாந்து அரசாங்கம் கண் மூடித்தனமான நடவடிக்கையில் இறங்கியது. ஏராளமான உளவாளிகளையும், தகவல் கூறுகிறவர்களையும் ஏற்பாடு செய்தது. குடியரசு வாதிகள் எதிர்நடவடிக்கைகளை மேற்கொண்டனர். இங்கி லாந்துக்கு உளவு சொல்பவர்களில் முக்கியமானவர்களைக் கொன்றனர்.

தொண்டர் படையினர், ஆயுதங்கள் பெறுவதற்காகத் தனித்தனி இடங்களில் அமைந்திருந்த போலீஸ் புறக்காவல் நிலையங்கள், ஆயுதங்கள் வைக்கப்பட்டிருந்த இடங்கள் போன்றவற்றின் மீது தாக்குதல் தொடுத்து ஆயுதங்களைக் கைப்பற்றினர். இவற்றைத் தொடர்ந்து இங்கிலாந்தின் ஆயுதப்படைகளும், அயர்லாந்தின் தொண்டர் படைகளுக்குமிடையே பல இடங்களில் ஆயுத மோதல்கள் நடைபெற்றன. பல மோதல்களைச் சந்தித்து வலுப்பெற்ற தொண்டர்படை, 'ஐரிஷ் குடியரசு ராணுவம்' என்ற பெயரில் உருவானது. அயர்லாந்தின் ஆண், பெண், குழந்தை களின் முழு ஆதரவைப் பெற்ற இந்தக் குடியரசுப்படை, சுருக்கமாக ஐ.ஆர்.ஏ. (I.R.A) என்றழைக்கப்பட்டது.

அயர்லாந்து குடியரசுவாதிகளையும், ஐ.ஆர்.ஏ. வையும் ஒடுக்கு வதற்காக, இங்கிலாந்து அரசாங்கம் பயங்கரவாதக் கொள் கையைக் கடைப்பிடித்தது. 'தாற்காலிக போலீஸ்காரர்கள்' என்ற பெயரில் ஒரு குற்றவாளிக் கும்பலை அயர்லாந்துக்கு அனுப்பியது. வன்முறையில் ஈடுபட்டதற்காகவும், குற்றங்கள் புரிந்ததற்காகவும் சிறைத்தண்டனை விதிக்கப்பட்டவர்கள் அயர்லாந்தில் தாற்காலிக போலீஸாக செயல்பட விரும்பியதால் விடுதலை செய்யப்பட்டனர். அவர்களுக்குத் தின சம்பளத்துடன் குடும்பத்தைப் பிரிந்திருப்பதற்கான அலவன்சும் கொடுக்கப் பட்டது!

அதேபோல் ராணுவம், கடற்படை, விமானப்படையிலிருந்து ஓய்வு பெற்றவர்களைக் கொண்ட ஓர் உதவிப் படையையும் இங்கிலாந்து உருவாக்கியது.

இவ்விரு பகுதிகளும் அயர்லாந்தில் புரிந்த கொடுமைகளை வார்த்தைகளில் விவரிக்க இயலாது. அயர்லாந்தின் பல பகுதிகளில் ராணுவச் சட்டம் பிறப்பிக்கப்பட்டது. ஐரிஷ் மக்களின் வீடுகள் கொள்ளையடிக்கப்பட்டன. தீ வைக்கப் பட்டன. மக்கள் கண்மூடித்தனமாக அடிக்கப்பட்டனர். பலர் கொல்லப்பட்டனர். பெண்கள் கற்பழிக்கப்பட்டனர். பகல் நேரங்களில் ஆயுதபாணியாகவந்து ஈனச் செயல்களில் ஈடுபடும் இங்கிலாந்தின் கூலிப்படைகள் இரவில் நகரங்களிலுள்ள கோட்டைக்குள் பதுங்கிக்கொள்ளும்.

ஐ.ஆர்.ஏ. அவை ஒவ்வொன்றுக்குமாகத் தக்க பதிலடி கொடுக்கத் தொடங்கியது. பதுங்கி நின்று தாக்கும் கொள்கையை

அது பின்பற்றியது. நாளுக்குநாள் அதன் எண்ணிக்கை அதிகரித்தது. அயல்நாடுகளிலிருந்து ஆயுதங்கள் வாங்கப்பட்டு கள்ளத்தனமாக கடத்தி வரப்பட்டன. இவற்றின் விளைவாக ஐ.ஆர்.ஏ. யின் தாக்குதல் பலம் அதிகரித்து இங்கிலாந்தின் கூலிப்படைகள் ஓட வேண்டிய நிலைமை ஏற்பட்டது. மாவட்டங்களில் குடியரசு நீதிமன்றங்கள் ஏற்படுத்தப்பட்டன. நீதிமன்றம் விதித்த தண்டனைகள், குடியரசு காவல் துறையினால் அமல்படுத்தப்பட்டன.

குடியரசுப் படைகள், நீதிமன்றங்கள் செயல்பாடு குறித்து உலகம் முழுவதிலுமுள்ள செய்தித்தாள்கள் ஏராளமான செய்திகளைப் பிரசுரித்தன. அயர்லாந்து சட்டமன்றம் என்பதுதான் அந்த நாட்டு மக்களின் ஆதரவைப் பெற்றது என்பதை அவை பறைசாற்றின.

இதே சமயத்தில், புரொட்டஸ்டாண்டுகள் அதிகம் உள்ள பெல்பாஸ்ட் பகுதியில் கத்தோலிக்க மக்களுக்கெதிராக பெரும் வன்முறைத் தாக்குதல்கள் தூண்டிவிடப்பட்டன. இது, அந்த இயந்திரத்தொழில் பகுதியிலிருந்து கத்தோலிக்கர்களை விரட்டியடிப்பதை நோக்கமாகக் கொண்டதாகும். 'புரொட்டஸ் டாண்டுகளின் வேலை வாய்ப்புகளை, கத்தோலிக்கர்கள் பறித்துக் கொள்கிறார்கள்' என்ற வெறிப்பிரசாரம் கட்டவிழ்த்து விடப்பட்டது.

கத்தோலிக்கர்கள் குடியிருப்புகள் மீது தாக்குதல் தொடுக்கப் பட்டது. தொழிற்கூடங்கள், கப்பல் கட்டும் இடங்களிலிருந்து கத்தோலிக்கர்கள் விரட்டியடிக்கப்பட்டனர். அவர்கள் தங்களைத் தற்காத்துக்கொள்ள முயன்றபோது கற்களாலும், தடிகளாலும் அடிக்கப்பட்டனர். அவர்களுக்கெதிராகத் துப்பாக்கியும் பயன்படுத்தப்பட்டது. நான்கு நாட்களுக்குப் பின்னர்தான் ராணுவம் குறுக்கிட்டது. நடைபெற்ற கலவரங் களில் 22 பேர் கொல்லப்பட்டனர். 188 பேர் படுகாயமடைந்தனர். அதேபோல், லிஸ்பன் நகரிலும் கத்தோலிக்கர்களின் கடை களும், வீடுகளும் நாசமாக்கப்பட்டன. பின்னர், பெல்பாஸ்ட் நகரில் மீண்டும் இதேபோன்று தாக்குதல்கள் நடத்தப்பட்டன. இவை அனைத்தின் விளைவாக பல கத்தோலிக்கர்கள் கொல்லப்பட்டனர். நூற்றுக்கணக்கான கத்தோலிக்கர்கள் படுகாயமடைந்தனர். 9 ஆயிரம் பேர் வேலையிலிருந்து விரட்டப் பட்டனர். 30 ஆயிரம் பேர் நிராதரவற்றவர்களானார்கள். ஆயிரக்கணக்கானோர் வீடு வாசல்களை இழந்தனர்.

அயர்லாந்து கத்தோலிக்க மக்கள் மீது ஏவப்பட்ட இத்தகைய கொடூரமான அட்டூழியங்களும், ஐரிஷ் தேசிய இன மக்கள் அதை உறுதியாக எதிர்த்து நின்றதும் இங்கிலாந்து மற்றும் உலகம் முழுவதிலும் இருந்து ஜனநாயக எண்ணம் கொண்ட மக்கள் மீது பெரும் தாக்கத்தை ஏற்படுத்தின. அயர்லாந்து விடுதலைப் போராட்டதுக்கு ஆதரவாகப் பலத்த கருத்தோட்டம் உலகின் பல நாடுகளில் உருவானது.

22. உடன்படிக்கை உருவாகிறது

அயர்லாந்து

இந்தப் பின்னணியில் இங்கிலாந்துக்கும், அயர்லாந்துக்குமிடையே ஓர் ஒப்பந்தத்தைத் தொடங்குவதற்காகப் பேச்சு வார்த்தைகளை நடத்துவதென்று இங்கிலாந்தின் பிரதமர் லாயிட் ஜார்ஜுக்கும் அயர்லாந்து விடுதலை இயக்கத்தலைவர் ஏமன்டிவேலாராவுக்குமிடையே 1921-ம் ஆண்டு ஜுலை மாதம் 11-ம் தேதியன்று ஓர் உடன்பாடு ஏற்பட்டது. இத்தகையதொரு உடன்பாடு இரு தரப்பிற்கும் தேவையாயிருந்தது. இங்கிலாந்தின் கூலிப்படைகளால் அயர்லாந்தின் பொருளாதாரமே நாசமாக்கப்பட்டிருந்தது.

இங்கிலாந்தின் ராணுவத்தினரையோ அல்லது யுத்த பொருள்களையோ ஏற்றி அனுப்ப ஐரிஷ் ரயில்வே தொழிலாளிகளும், போக்குவரத்துத் தொழிலாளிகளும் மறுத்து வந்ததால், அவ்விரு போக்குவரத்துகளும் கடுமையாக பாதிக்கப்பட்டிருந்தன. அத்துடன் ஐரிஷ் குடியரசுப்படை பல பாலங்களை வெடி வைத்து தகர்த்திருந்ததாலும், பல பதுங்குக் குழிகளை வெட்டி வைத்திருந்ததாலும், பல இடங்களில் கண்ணி வெடிகளை புதைத்திருந்ததாலும் அயர்லாந்தின் மிகப்பெரும் பகுதியில் சாலைப்போக்குவரத்து நின்றுபோய்விட்டது. அது மட்டுமல்ல, ஐரிஷ் குடியரசுப்படை வைத்திருந்த வெடிமருந்துகளும் தீர்ந்துபோய்விட்டன. எனவே, ஒரு சமரச உடன்படிக்கைக்கான அவசியம் உருவானது.

இங்கிலாந்துத் தரப்பிலோ ஒரு தாற்காலிகப் போர் நிறுத்தமும், ஓர் உடன்படிக்கையும் அவசியம் தேவை என்று அனைத்து ஜனநாயகத் தரப்பிலிருந்தும் பலத்த நிர்ப்பந்தம் எழுந்தது. இதில் கம்யூனிஸ்ட் கட்சி முன்னின்றது. லேபர் கட்சியும், தொழிற் சங்கங்களும் கம்யூனிஸ்ட் கட்சியின் கோரிக்கையுடன் இணைந்து நின்றன. இது தவிர, இங்கிலாந்து ராணுவத்தின் பெரிய அதிகாரிகள், அயர்லாந்து நிகழ்ச்சிகளில் தங்களை ஈடுபடுத்திக் கொள்ள மறுத்தார்கள். ஆக, இவை அனைத்தும் சேர்ந்து இங்கிலாந்து அரசாங்கத்தின் மீது ஒரு பேச்சுவார்த்தையைத் தொடங்கும்படி நிர்ப்பந்தம் செலுத்தியது.

இங்கிலாந்து அரசாங்கம் விடுதலை செய்யப்பட்ட டிவேலராவுடனும் அயர்லாந்து சட்டமன்றத்துடனும் பேச்சு வார்த்தைகள் தொடங்கியது. இறுதியில் அவ்வாண்டு டிசம்பர் 6-ம் தேதியன்று இரு தரப்பு பிரதிநிதிகளுக்குமிடையே ஓர் உடன்படிக்கை கையெழுத்தானது. அதன்படி அயர்லாந்தின் 26 பிரதேசங்களுக்குக் கிட்டத்தட்ட முழு சுயாட்சி வழங்கப்பட்டது. டப்ளின் கோட்டையை அயர்லாந்து சட்டமன்றத்தினிடம் ஒப்படைக்கவும், இங்கிலாந்தின் அனைத்து ராணுவத்தின ரையும், காவல்துறையினரையும், அதிகாரிகளையும் வாபஸ் பெற்றுக்கொள்ளவும் இங்கிலாந்து சம்மதித்தது. புரொட்டஸ் டாண்டுகள் அதிகம் உள்ள 6 பிரதேசங்கள் இந்த உடன்பாட்டை ஏற்றுக்கொள்வதா, இல்லையா என்பது அவர்களிடமே விடப்பட்டது. ஐரிஷ் குடியரசின் நாடாளுமன்ற உறுப்பினர் களும், அதிகாரிகளும், இங்கிலாந்தின் அரசருக்கும், பேரரசுக்கும் விசுவாசப் பிரமாணம் எடுத்துக்கொள்ள வேண்டுமென்று அந்த உடன்பாடு வலியுறுத்தியது. இந்த உடன்படிக்கையின் சில அம்சங்கள் அயர்லாந்தின் விடுதலைப் போராட்ட இயக்கத் துக்கும் அயர்லாந்து சட்ட மன்றத்துக்கும் ஏற்புடையதல்ல என்ற போதிலும் சூழ்நிலையின் நிர்ப்பந்தத்தின் விளைவாக, அவற்றை ஏற்றுக்கொள்ள வேண்டியிருந்தது. அயர்லாந்து சட்டமன்றம் நீண்ட விவாதத்துக்குப் பிறகு ஒரு குறுகிய பெரும்பான்மையில் இந்த உடன்படிக்கையை ஏற்றுக் கொண்டது.

இந்த உடன்பாட்டுக்கு அயர்லாந்து குடியரசுவாதிகளிடமிருந்து பலத்த எதிர்ப்பு எழுந்தது. ஏனென்றால் அயர்லாந்து சட்ட மன்றமும், ஐரிஷ் விடுதலைப்படையும் அயர்லாந்து குடியரசுக்கு விசுவாசமாக இருப்பதாக உறுதிமொழி எடுத்துள்ளன. எனவே,

இங்கிலாந்து மன்னருக்கு உறுதிமொழி எடுக்க முடியாதென்று அவர்கள் கூறினர். அது தவிர, அயர்லாந்தின் மேற்குப் பகுதியில் நிலமில்லாத விவசாயிகள் 1919-ம் ஆண்டில் ஒரு நிலப் பறிமுதல் இயக்கத்தை நடத்தி ஏராளமான நிலங்கள் எடுத்திருந்தனர். அந்த இயக்கத்தை அயர்லாந்து சட்டமன்றமும், நிலம் சம்பந்தமான நீதிமன்றங்களும், குடியரசின் காவல்துறையும் சேர்ந்து ஒடுக்க ஆரம்பித்தன.

இதன் விளைவாகவும், இந்த உடன்பாட்டுக்கு எதிர்ப்பு வலுத்தது. இந்த உடன்பாட்டுக்கு ஆதரவு தெரிவித்தவர்கள் நகர்ப்புற முதலாளித்துவ வர்க்கத்தினர், அரசாங்க அதிகாரிகள், நிலவுடமையாளர்கள் மற்றும் விவசாய மக்களின் மேல்தட்டுப் பகுதியினர் ஆகியோராவர். இந்த உடன்பாட்டை எதிர்த்தவர்கள் குடியரசு ஆதரவு அறிவுஜீவிகள் மற்றும் நகர்ப்புற புரட்சிக் காரர்களால் ஆதரிக்கப்பட்ட நிலப்பசி கொண்ட விவசாயிகள் ஆகியோராவர். இதே கருத்து மோதல், ஐரிஷ் குடியரசுப் படைக்குள்ளும் உருவானது. அதிலும் பெரும்பகுதியினர் இந்த உடன்படிக்கையை எதிர்த்தனர்.

அயர்லாந்து குடியரசுப் படையிலிருந்த ரோரி ஓ' கொன்னல் மற்றும் லியாம் மெல்லோ போன்ற தலைவர்களின் கீழ் இருந்த பெரும்பகுதியினர், சுதந்தர அயர்லாந்து அரசாங்கத்தின் தலைமைக்குக் கீழ்ப்படிந்து நடக்க மறுத்தனர். எனவே, ஒரு உள்நாட்டு யுத்தம் வெடித்தது. இதில் சுதந்தர அயர்லாந்து அரசாங்கத்தின் படைக்கும் ஐரிஷ் குடியரசுப் படையின் (ஐ.ஆர்.ஏ.) ஒரு பகுதிக்குமிடையே கடுமையான மோதல் ஏற்பட்டது. பலர் கொல்லப்பட்டனர். இறுதியில் ஐ.ஆர்.ஐ யின் எதிர்ப்பு சிதறடிக்கப்பட்டது.

23. அயர்லாந்து பிரிவினை

அயர்லாந்து

இந்த உள்நாட்டு யுத்தம் முடிந்தபின் சுதந்தர அயர்லாந்து அரசாங்கத்தின் தலைவராகயிருந்த டபிள்யூ.டி.காஸ்கிரேவ் என்பவர் ஒரு எல்லை கமிஷனை நியமிக்க வேண்டுமென்று கோரினார். புரொட்டஸ் டாண்டுகள் அதிகம் உள்ள வடக்கு அயர் லாந்து அரசாங்கம் இந்தப் பிரச்னையை விவாதிக்க மறுத்தது. இறுதியில், இங்கி லாந்து அரசாங்கம் தன் சார்பாக ஒரு பிரதிநிதியும், வடக்கு அயர்லாந்தின் ஆறு பிரதேசங்கள் சார்பாக ஒரு பிரதிநிதியும், சுதந்தர அயர்லாந்து அரசாங்கத்தின் சார்பாக ஒரு பிரதிநிதியும் கொண்ட எல்லை கமிஷனை நியமித்தது. இங்கிலாந்து அரசாங்கம் செய்த சதித்திட்டத்தின்படி இந்த எல்லை கமிஷன் உறுப்பினர்கள் மூவரில் இருவர் எடுக்கும் முடிவை மற்றவர் ஏற்றுக்கொள்ள வேண்டும் என்பதாகும். இதன்படி இங்கி லாந்தின் பிரதிநிதியும், வடக்கு அயர்லாந்துக்காக நியமிக்கப் பட்ட பிரதிநிதியும் சேர்ந்து கொண்டு பின்வரும் இரு கோட்பாடுகளை அறிவித்தனர்.

1. வடக்கு அயர்லாந்து என்பது நீண்ட காலமாகவே செயல்பட்டு வருவதால் அதில் மாற்றங்கள் செய்வது விரும்பத்தக்கதல்ல.

2. வடக்கு அயர்லாந்தின் பொருளாதார நிலைப்பாட்டை மோசமாக்கக் கூடிய எதையும் செய்யக் கூடாது. இதன் பொருள் என்னவென்றால் வடக்கு அயர்லாந்திலுள்ள

மக்களின் கருத்தைக் கேட்டறிய வேண்டிய அவசியமில்லை என்பதோடு தேவைப்பட்டால் எல்லை என்பதும் மாற்றியமைக்கப்படலாம் என்பதுமாகும். அத்துடன் கூடுதல் நிலப்பரப்பும் மக்கள் பகுதிகளும், வடக்கு அயர்லாந்துடன் சேர்க்கப்படலாம் என்பதுமாகும்.

மூவரில் இருவர் முடிவு என்பது பெரும்பான்மை முடிவு என்பதால் இது கமிஷனின் முடிவாக ஏற்றுக் கொள்ளப்பட்டது.

1925-ம் ஆண்டில் அயர்லாந்தின் பிரிவினை முழுமையானது.

சுதந்தர அயர்லாந்து அரசாங்கத்தை அங்கீகரிக்க முடியாதென்றும் இங்கிலாந்து மன்னருக்கு விசுவாசப் பிரமாணம் எடுக்க முடியாதென்றும் கூறி வந்த ஏமன் டி வேலராவும், இதர குடியரசுவாதிகளும் 1927-ம் ஆண்டில் தங்கள் அணுகுமுறையில் புதிய மாற்றத்தைச் செய்தனர். எதிர்ப்புத் தெரிவித்துக் கொண்டே மன்னருக்கு விசுவாசப் பிரமாணம் எடுத்து அயர்லாந்து சட்ட மன்றத்தில் தங்கள் பழைய இடங்களில் அமர்ந்தனர். சட்ட மன்றத்தில் இருந்த பழைய ஐ.ஆர்.ஏ. காரர்கள் போன்றோர் டி வேலராவை ஆதரிக்க மறுத்தனர். எனவே, அவர் புதிய கட்சியைத் தொடங்கினார்.

நகர்ப்புற மற்றும் கிராமப்புற சிறு முதலாளித்துவ வர்க்கத் தினரின் கண்ணோட்டப்படி இடைவிடாத பிரசாரத்தைச் செய்து வந்த டிவேலரா, 1932-ம் ஆண்டில் அயர்லாந்து சட்டமன்றத்தில் பெரும்பான்மை பெற்று பிரதமரானார். பிரதமரான உடனேயே அவர், இங்கிலாந்து மன்னருக்கு விசுவாசப் பிரமாணம் எடுப்பதை ரத்து செய்யப் போவதாகவும், 1880 முதல் 1909-ம் ஆண்டு வரைப்பட்ட காலங்களில் இயற்றப்பட்ட பல்வேறு நிலம் வாங்கும் சட்டங்களின்படி செலுத்த வேண்டிய நிலத் துக்கான கட்டணத் தொகையை ரத்து செய்யப் போவதாகவும் அறிவித்தார்.

இதற்குப் பதிலடியாக இங்கிலாந்து அரசாங்கம் தனது நாட்டுக்குள் வரும் ஐரிஷ் இறக்குமதிப் பொருள்கள் மீது விசேஷ வரிகள் விதித்தது. அதன்மூலம் சுதந்தர அயர்லாந்து அரசாங் கத்தை 6 மாத காலத்துக்குள் பணிய வைத்துவிட முடியும் என்று இங்கிலாந்து கருதியது. உண்மையில் இந்த 'யுத்தமானது' 6 ஆண்டுகாலம் நீடித்தது. இது, அயர்லாந்து அரசாங்கத்தைவிட

இங்கிலாந்து அரசாங்கத்தின் வர்த்தகத்துக்குத்தான் மேலும் பாதிப்பை ஏற்படுத்தியது. டி வேலரா, அயர்லாந்து சுதந்தர அரசாங்கத்தின் புதிய தொழில் வளர்ச்சிக்காகக் காப்பு முறையை ஏற்படுத்தினார். 1935-ம் ஆண்டில் இறக்குமதி வரிகள் குறித்து ஒருவருக்கொருவர் சில சலுகைகள் கொடுத்தனர். இது, நிலக்கரியை ஏற்றுமதி செய்த ஆங்கிலேய ஏற்றுமதியாளர் களுக்கும், ஆடு, மாடு, பன்றிகளை ஏற்றுமதி செய்த அயர்லாந்து ஏற்றுமதியாளர்களுக்கும் பயன் தருவதாக இருந்தது. இறுதியாக, 1938-ம் ஆண்டில் இங்கிலாந்துக்கும், அயர்லாந்துக்கும் பொருளாதார யுத்தம் முடிவுற்று ஓர் உடன்படிக்கை ஏற்பட்டது.

இங்கிலாந்து மன்னருக்கு விசுவாசப் பிரமாணம் எடுக்க வேண்டு மென்ற விதியை 1932-ம் ஆண்டில் ரத்துசெய்த டி வேலரா, கவர்னர் ஜெனரல் பதவிக்குத் தனது ஆதரவாளர் ஒருவரை நியமித்தார்.

1937-ம் ஆண்டில் அயர்லாந்து ஒரு புதிய அரசியல் சட்டத்தை நிறைவேற்றியது. அது, அயர்லாந்து என்பது 'எய்ர்' (EIRE) என்ற பெயரின் கீழ் இறையாண்மை உள்ள சுதந்தரமான ஜனநாயக நாடு என்று பிரகடனம் செய்தது. அயர்லாந்து முழுவதும் அதன் பிரதேசமாகும்; ஆனால், அரசியல் சட்டம் அமலாக்கப்படுவது என்பது இந்த சுதந்தர நாட்டின் 26 பிரதேசங்களோடு மட்டும் தாற்காலிகமாக நிறுத்திக் கொள்ளப்படுகிறது. கவர்னர் ஜெனரல் என்று யாரும் கிடையாது. இங்கிலாந்தின் மன்னராட்சி குறித்தோ, காமன்வெல்த் குறித்தோ எந்தவொரு குறிப்பும் கிடையாது. இந்த அரசியல் சட்டத்தின்படி அந்நாட்டின் குடியரசுத் தலைவர் 7 ஆண்டுகளுக்கு ஒருமுறை வாக்காளரால் நேரடியாகத் தேர்ந்தெடுக்கப்படுவார். நாடாளுமன்றம் என்பது இரு அவைகளைக் கொண்டதாக இருக்கும். அதாவது, நாடாளு மன்றம் மற்றும் செனட் என்ற இரு அவைகளைக் கொண் டிருக்கும். நாடாளுமன்றம், குடியரசுத் தலைவர் மூலம் ஒரு பிரதமரை நியமிக்கும். அவர், மற்ற அமைச்சர்களை நியமிப்பார். செனட்டைச் சேர்ந்தவர்கள் இருவர் மட்டுமே அமைச்சர்களாக இருக்க முடியும்.

பல நூறு ஆண்டுகள் நீடித்த கடுமையான போராட்டத்துக்குப் பிறகு ஏராளமான உயிர்களைப் பலி கொடுத்து சொல்ல முடியாத வேதனைகளையும், சோதனைகளையும் தலைமுறை தலை முறையாகத் தாங்கி நின்று போராடிய அயர்லாந்து மக்கள்,

இறுதியில் இங்கிலாந்தின் ஆதிக்கத்திலிருந்து விடுபட்டு சுதந்தர மனிதர்களானார்கள். குடியரசு ஆட்சி அமைத்தார்கள். ஆனால், அவர்கள், நாட்டின் ஒரு பகுதி இங்கிலாந்தின் ஆதிக்கத்தில் தொடர்ந்து இருந்தது. வட அயர்லாந்து என்றழைக்கப்படும் ஆறு கிராமப்புற பகுதிகளைக் கொண்ட அந்தப் பகுதி, இங்கிலாந்தில் நேரடி ஆளுகையின் கீழ் விடப்பட்டது.

அயர்லாந்து குடியரசின் அரசியல் சட்டம் நிறைவேற்றப்பட்ட பிறகு, அந்நாட்டின் முதல் குடியரசுத் தலைவராக ஏமன் டி வேலரா தேர்ந்தெடுக்கப்பட்டார்.

1938-ம் ஆண்டில் அயர்லாந்தில் இருந்த தன்னுடைய கடற்படைத் தளங்களை இங்கிலாந்து கைவிட்டது. இரண்டாம் உலக யுத்தத்தில் அயர்லாந்து நடுநிலைமை வகித்தது.

1948-ம் ஆண்டில் அயர்லாந்து அரசாங்கமானது, தனது நாட்டின் பெயர் அயர்லாந்து குடியரசு அரசாங்கம் என்று பிரகடனம் செய்தது. அதிலிருந்து, அது தன்னை ஒரு தனிநாடாகப் பிரகடனம் செய்து கொண்டது. டப்ளின் நகரைத் தலைநகரமாகக் கொண்ட அயர்லாந்து குடியரசு அரசாங்கத்தின் நிலப்பரப்பு, 70,283 சதுர கிலோ மீட்டராகும்.

இங்கிலாந்து ஆதிக்கத்தில் விடப்பட்ட வடக்கு அயர்லாந்து 14,242 சதுர கிலோ மீட்டர் பரப்பளவைக் கொண்டது. பெல்பாஸ்ட் அதன் தலைநகர் ஆகும்.

24. ஐரிஷ் மொழி தாய்மொழியாகிறது

அயர்லாந்து

அயர்லாந்து குடியரசின் அரசியல் சட்டம் ஐரிஷ் மொழியை அந்நாட்டின் முதல் அதிகாரபூர்வ மொழியாகப் பிரகடனம் செய்தது. ஆங்கிலத்தை இரண்டாவது மொழியாக்கியது. அனைத்துப் பள்ளிச் சிறுவர்களும் ஐரிஷ் மொழியைக் கட்டாயம் படிக்கவேண்டும் என்று கூறப் பட்டது. அதன் வளர்ச்சிக்கு வேண்டிய அனைத்து ஏற்பாடுகளும் செய்யப்பட்டன.

எந்த ஐரிஷ் மொழியை அழித்து ஆங்கிலத்தைப் புகுத்த வேண்டுமென்று ஆங்கிலேய ஏகாதி பத்தியம் திட்டமிட்டதோ அந்த ஐரிஷ் மொழி மாபெரும் சோதனைகளுக்குப்பின் தன் பாரம்பரிய கலாசாரப் பண்புகளோடு அயர்லாந்து குடியரசில் அரியணை ஏறியுள்ளது. வாழ்வின் உழைப்பிலிருந்து உருவான, மக்கள் உருவாக்கிய எந்தவொரு மொழியையும் எந்தவொரு அடக்கு முறையோ, ஒடுக்கு முறையோ மக்கள் மனத்திலிருந்து அகற்றிவிட முடியாது என்பதையே ஐரிஷ் மொழிக்கான போராட்ட வரலாறு உலகம் முழுவதற்கும் பறைசாற்றுகிறது.

அயர்லாந்து தன் நீண்ட போராட்ட வரலாற்றோடு கூடவே புகழ்மிக்க பல எழுத்தாளர்களையும், கலைஞர்களையும், கவிஞர்களையும், நாடக ஆசிரியர்களையும், அவர்களுடைய அற்புதமான படைப்புகளையும் உலகுக்கு வழங்கியுள்ளது.

18-வது நூற்றாண்டின் முற்பகுதியில் செயிண்ட் பேட்ரிக் தேவாலயத்தின் டீனாக இருந்த ஜொனாதன் ஸ்விப்ட் எழுதிய ‘கல்லிவர் பயணங்கள்’ என்ற நூல் அருமையான கேலிச் சித்திரமாகும். ஒரு நாட்டின் மக்கள் மிக உயர்ந்த ஆரோக்யமான மனிதர்களாகவும், மற்றொரு நாட்டின் மக்கள் அற்பமான குள்ளர்களாகவும் இருப்பதாகச் சித்தரிக்கும் இந்த நூல், மறைமுகமாக இங்கிலாந்தை ஏளனம் செய்தது. ஆலிவர் கோல்ட்ஸ்மித், ஆஸ்கார் ஒயில்ட், வில்லியம் பட்ளர் சாட்ஸ், லேடி அகஸ்டா கிரிகோரி, சீன் ‘ஓ’ கேஸின், ‘உலீசிஸ்’ என்ற புகழ்மிக்க நாவலை எழுதிய ஜேம்ஸ் ஜாய்ஸ், கடந்த நூற்றாண்டின் தலைசிறந்த நாடக ஆசிரியர் ஜார்ஜ் பெர்னாட் ஷா ஆகியோர் ஐரிஷ்காரர்கள் ஆவர். அரசியல் மேதைகளுள் ஒருவராகக் கருதப்படும் எட்மண்ட் பர்க், பிரபல நாடக ஆசிரியர் ரிச்சர்ட் செரிடன் ஆகியோரும் ஐரிஷ்காரர்களே. ஐரிஷ் மொழியை தாய் மொழியாகக்கொண்ட இவர்களுடைய வலிமை மிக்க எழுத்துகள், ஆங்கில மொழிக்கு வளமை சேர்த்தது என்ற போதிலும் இவர்கள் அனைவரின் உணர்வும் அயர்லாந்து விடுதலைப் போராட்டத்துக்கு ஆதரவாகவே இருந்தது.

25. உத்வேகமூட்டிய போராட்டம்

அயர்லாந்து

அயர்லாந்து விடுதலைப் போராட்டமானது, காலனி ஆதிக்கத்திலிருந்து விடுபடுவதற்காக அடிமைப்பட்ட நாடுகள் நடத்தி வந்த போராட்டங்களுக்கு மிகவும் உத்வேகமளித்தது. குறிப்பாக, இங்கிலாந்தின் ஆதிக்கத்திலிருந்து விடுபடுவதற்காக, இந்திய மக்கள் நடத்தி வந்த சுதந்தரப் போராட்டத்துக்கு அது தெம்பூட்டியது. இந்திய சுதந்தரப் போராளிகள், ஐரிஷ் மக்களின் போராட்டத்தைப் பெரிதும் வாழ்த்தினர்.

மகாகவி பாரதியார், 'இந்தியா' ஏட்டில் அயர்லாந்து விடுதலைப் போராட்டத்தையும் அதன் வெற்றியையும் புகழ்ந்து எழுதியுள்ளார். அவர் எழுதிய கடைசிக் கட்டுரை, 'அயர்லாந்தும் இந்தியாவும்' என்பதுதான். இது, 1921-ம் ஆண்டு ஜூலை 19-ம் தேதியன்று வெளியானது. இதற்கு முன்னதாக, அதே ஆண்டு பிப்ரவரி 11-ம் தேதியன்று வெளியான 'நேசக் கட்சியாரின் மூட பக்தி' என்ற கட்டுரையில் பாரதி பின்வருமாறு கூறுகிறார்.

'மேலும், மனுஷ்ய ஸஹோதரத்துவம், ஸமத்துவம் இவை ஐர்லாந்துக்குண்டா, இல்லையா, அரேபியாவுக்கும், மெஸபடோமியாவுக்கும், இந்தியாவுக்கும், எகிப்துக்கும் இவை உண்டா, இல்லையா? இல்லையெனில் ஏன் இல்லை. தெய்வ விதிகளுக்கு மாற்றில்லை. கொடுமையும், அநீதியும் செய்வோர்

கொடுமைக்கும் அநீதிக்கும் இரையாவர். பிறரை அடிமைப் படுத்துவோர் தாம் அடிமைகளாக்கப்படுவார்கள். அநியாயம், ஸமத்துவ விரோதி முதலியவற்றால் ஐரோப்பிய மஹா யுத்தத்தில் அபாரமான கஷ்டங்களுக்கு உட்பட்டும் ஐரோப்பிய ராஜ தந்திரிகளுக்கு இன்னும் புத்தி தெளியாமலிருப்பது பற்றி விசனப்படுகிறோம்...'

இந்திய தேச பக்தர்கள் அயர்லாந்து சுதந்தரப் போராட்டத்தி லிருந்து உற்சாகம் பெற்றது போலவே அயர்லாந்தின் போராட்ட வீரர்கள், இந்திய மக்களின் சுதந்தரப் போராட்டத்திலிருந்து உத்வேகம் பெற்றனர். இந்தியக் கவிஞர்களின் உணர்ச்சிமிகு பாடல்களும், எழுத்துக்களும், ஆங்கில மொழியில் மொழி யாக்கம் செய்யப்பட்டன. டோக்கியோ நகரிலுள்ள ராஜாங்க சர்வகலாசாலையில் ஆங்கில ஆசிரியராக இருந்த ஜேம்ஸ். எச். கஸின்ஸ் என்பவர், பாரதியாரின் கவிதைகள் பலவற்றை ஆங்கிலத்தில் மொழியாக்கம் செய்துள்ளார். அது மட்டுமல்ல, 1916-ம் ஆண்டு டிசம்பர் 8-ம் தேதிய 'காமன்வீல்' என்ற ஆங்கில ஏட்டில் அதே கஸின்ஸ் பாரதி உள்ளிட்ட இந்தியக் கவிஞர் களையும், பெல்ஜிய நாட்டின் கவிஞர் ஹெர்ஹேரனையும் ஒப்பிட்டு எழுதியுள்ளார். அதில் அவர் பின்வருமாறு கூறுகிறார்:

'ஒரு பொருளுக்கு வெளியே காணப்படும் அழகை மட்டுமின்றி அதனை ஊடுருவிப் பார்த்து அதன் உள்ளழகையும் உணரும் சக்தி ஞான திருஷ்டி. புறத்தோற்றம் என்பது வெறும் வாய்க்கால் போன்றது. வெறும் அடையாளமென்பதை ஒரு புலவன் எத்தனைக்கெத்தனை தெளிவாகக் காண்கிறானோ அத்தனைக் கத்தனை அந்தப் பொருளுக்கும், அந்தப் புலவனுக்கும் அதிக மகிமை ஏற்படும்; தாழ்வு ஏற்படாது. ஹெர்ஹேரன் சுதந்தரத்தைக் கற்பனை செய்ய முடிந்தது. ஆனால் ரவீந்திரநாத் தாகூர், சரோஜினி நாயுடு, அரவிந்தகோஷ், சுப்ரமணிய பாரதி ஆகியோரின் கவிதைகளிலும், இவர்களைப்போல் தத்துவ தெளிவுகொண்ட ஐரிஷ் கவிஞர்களின் கவிதைகளிலும்தான் யதார்த்தமான அழகின் பரிசுத்தமான, உண்மையான வெளிப் பாட்டைக் காண முடிகிறது.'

பண்டித ஜவஹர்லால் நேரு 'உலக வரலாறு' என்ற தன்னுடைய பிரசித்தி பெற்ற நூலில், அயர்லாந்தின் போராட்ட வரலாற்றைச் சுருக்கமாக விவரித்துள்ளார். அந்தப் போராட்டத்துக்கு ஆதரவு தெரிவித்துள்ளார்.

பிரெஞ்சுக்காரர்களின் ஆக்ரமிப்பிலிருந்து தனது வியட்நாம் நாட்டை மீட்பதற்காக வழி தேடிக் கொண்டிருந்த ஹோ சி மின், இங்கிலாந்தில் தங்கியிருந்தபோது அயர்லாந்து விடுதலைப் போராட்டத்தினால் ஈர்க்கப்பட்டார். கொல்லப்பட்ட ஐரிஷ் தியாகிகளின் நினைவைப் பெரிதும் போற்றினார்.

1921-ம் ஆண்டில் காமன்வெல்த் அமைப்புக்கு உட்பட்ட ஒரு கிளை என்ற அடிப்படையில் அயர்லாந்தை இங்கிலாந்து அங்கீகரித்து 'சுதந்தர அயர்லாந்து நாடு' என்ற நிலை உருவானபோது பாரதி, 'இந்தியா' ஏட்டில் எழுதிய தனது கடைசி அரசியல் கட்டுரையில் இங்கிலாந்து அரசாங்கத்திடம் பின்வரும் கேள்வியை எழுப்பினார்.

'ஐயர்லாந்தை சென்ற பல நூற்றாண்டுகளாக மீண்டும் மீண்டும் போரில் அடக்கி அதன் விடுதலை வேட்கையை மறுத்து வந்தார்கள். ஐயர்லாந்து மிகச்சிறிய நாடு. உண்மையில் இப்போதுகூட இங்கிலாந்தினால் ஐயர்லாந்தைப் போரில் மடக்கிவிட முடியும். அப்படியிருந்தும் உலக முழுமையிலும் எழுச்சி பெற்றிருக்கும் பெரியதோர் தர்ம கிளர்ச்சியை முன்னிட்டு ஐயர்லாந்துக்குக்கூட இனி ஸ்வராஜியமில்லை என்று மறுத்தல் இங்கிலாந்துக்குச் சாத்தியப்படாதென்று தீர்ந்து போய்விட்டது.

அப்படியிருக்க 5000 வருஷங்களுக்கு முன்னே வேதாந்தப் பயிற்சி செய்தது, முப்பது கோடி ஜனங்களுடையது, இன்றைக்கும் ஜகதீச சந்திரர் முதலியவர்களின் மூலமாக உலகத்தாருக்கு நாகரிகப் பாதையிலே வழிகாட்டுவது பூ மண்டல சரித்திரத்திலே வீர்யம் முதலிய ராஜ குணங்களில் நிகரற்றதாகிய இந்தியாவுக்கு விடுதலை எப்போது தரப் போகிறீர்கள்?'

26. தொடர்ந்த மோதல்

அயர்லாந்து

அயர்லாந்து பிரிவினைக்குப் பின் இங்கிலாந்தின் நேரடி ஆதிக்கத்திலான வடக்கு அயர்லாந்தின் கத்தோலிக்க மக்களுக்கு எதிராகக் கடுமையான ஒடுக்கு முறை கட்டவிழ்த்து விடப்பட்டது. புரொட்டஸ்டாண்ட் மக்களைப் போலவே தங்களுக்கும் சமமான சிவில் உரிமைகள் வேண்டுமென்று கோரி, அங்குள்ள கத்தோலிக்க மக்கள் போராட்டத்தில் இறங்கினர்.

வடக்கு அயர்லாந்தின் கத்தோலிக்க சிறுபான்மை மக்களுக்கெதிராகக் காண்பிக்கப்படும் பாரபட்ச போக்கை எதிர்த்துப் போராடவும், அங்குள்ள அனைத்து மக்களுக்கும் சமநீதி வழங்கும்படி கோரியும் 1967-ம் ஆண்டில் 'வட அயர்லாந்து சிவில் உரிமைகள் கழகம்' உருவாக்கப்பட்டது. வெகு விரைவிலேயே இந்த அமைப்பு மிகவும் பிரபலமானது என்பதுடன் அங்குள்ள அதிகாரவர்க்கத்தின் கோபத்துக்கும் இலக்காக ஆரம்பித்தது.

1968-ம் ஆண்டு அக்டோபர் மாதம் 5-ம் தேதியன்று வடக்கு அயர்லாந்தின் இரண்டாவது பெரிய நகரமான லண்டன் டெர்ரியில் சிவில் உரிமைகள் கோரி கத்தோலிக்க மக்கள் ஒரு மிகப்பெரும் அணிவகுப்பை நடத்தினர். இதைக் கண்டு ஆத்திரமடைந்த புரொட்டஸ்டாண்ட் நிர்வாகம், இந்த

அணிவகுப்பை உடைப்பதற்காகக் காவலர் படையை ஏவி விட்டது. அவர்கள் ஆர்ப்பாட்டக்காரர்களை பிரம்பால் அடித்தும், நீர்க் குழாய்களை வேகமாகப் பீச்சியும் கூட்டத்தினரை விரட்டி அடித்தனர். இது, தொலைக்காட்சிகளிலும் காட்டப் பட்டது. இதைத் தொடர்ந்து இரு தரப்பு மக்களிடையேயும் பலத்த மோதல் எழுந்தது. இத்தகைய மோதல்களில் மட்டும் ஆயிரக்கணக்கானோர் கொல்லப்பட்டனர். பல்லாயிரக் கணக்கானோர் படுகாயப்படுத்தப்பட்டனர். ஆயிரக்கணக் கானோர் சிறைச்சாலைகளில் அடைக்கப்பட்டனர்.

வடக்கு அயர்லாந்தின் நிர்வாகம், கத்தோலிக்க மக்களின் சிவில் உரிமைகள் இயக்கத்தை ஒழிப்பதற்காக ஆத்திரமூட்டும் காரியங்களில் இறங்கியது. அதி தீவிர புரொட்டஸ்டாண்டுகள் உருவாக்கியுள்ள 'ஆரஞ்சுக் கட்டளை' என்ற பிற்போக்குக் கும்பலை இதற்காகப் பயன்படுத்தியது. இந்த அமைப்பினர், கத்தோலிக்கர்களுக்கு எதிராக ஆர்ப்பாட்டங்களை நடத்தி ஆத்திரமூட்டும் நடவடிக்கைகளில் இறங்கினர். இதைத் தொடர்ந்து இரு பகுதி மக்களுக்குமிடையே பெரும் கலவரம் மூண்டது. தன்னுடைய ராணுவத்தை வடக்கு அயர்லாந்துக்குள் அனுப்புவதற்காகக் காத்துக்கொண்டிருந்த இங்கிலாந்து அரசாங்கம், இதை ஒரு காரணமாகக் காட்டி வடக்கு அயர் லாந்துக்குத் தனது படையை அனுப்பியது.

துரிதமாகத் தேவைப்படும் சமூகப் பொருளாதார சீர்திருத்தங் களைச் செய்வதற்குப் பதிலாக, வடக்கு அயர்லாந்து நிர்வாகம், இங்கிலாந்தின் உதவியுடன் சிவில் உரிமை இயக்கம் மீது பலாத்காரத்தைப் பிரயோகித்து ஒடுக்கப் பார்த்தது. ஆதிக்க இங்கிலாந்தின் காலனி கொள்கையின் விளைவாக, இந்த வடக்கு அயர்லாந்துப் பகுதியில் தொழில் வளர்ச்சி பாதிக்கப்பட்ட தோடு, ஏற்கெனவே நடந்துவந்த தொழில்களும் செயல் இழந்து பாதிக்கப்பட்டன. இவற்றின் விளைவாக முன்னெப்போதும் கண்டிராத அளவுக்கு வறுமையும், வேலையில்லாத் திண்டாட்டமும் பெருமளவு அதிகரிக்கத் தொடங்கின.

இதில் ஒரு கடுமையான அம்சம் என்னவென்றால் இந்த உல்ஸ்டர் பகுதியில் வாழக்கூடிய மக்களில் கணிசமான பகுதி யினராக இருக்கும் கத்தோலிக்க மக்கள்மீது இந்தத் தாக்குதலின் சுமைகள் அதிகமாக விழுந்தன. புரொட்டஸ்டாண்ட் மக்களை தங்கள் ஆதரவாளர்களாக வைத்துக்கொண்டு இங்கிலாந்து

அரசாங்கம், கத்தோலிக்க மக்கள் மீது தாக்குதல் நடத்தியது. சுருக்கமாகச் சொல்வதென்றால் வடக்கு அயர்லாந்தின் கத்தோலிக்க மக்கள், இரண்டாந்தர குடிமக்களாக ஆக்கப் பட்டனர். வடக்கு அயர்லாந்தை இங்கிலாந்தின் ஆதிக்கத்தில் இருந்து மீட்டு அதை அயர்லாந்து குடியரசுடன் இணைக்க வேண்டும், அதை வன்முறை நடவடிக்கைகள் மூலம்தான், பயங்கரவாதச் செயல்கள் மூலம்தான் சாதிக்க முடியும் என்று கருதும் பகுதியினர் ஐ.ஆர்.ஏ. என்றழைக்கப்பட்ட ஐரிஷ் புரட்சிகரப்படை என்ற அமைப்பை உருவாக்கி, கடந்த 55 ஆண்டுகளுக்கும் அதிகமான காலத்தில் போராடினர்.

இங்கிலாந்து அரசாங்கமும், அதன் ஏவல் ஆளான உல்ஸ்டர் நிர்வாகமும் இந்த ஐ.ஆர்.ஏ.காரர்கள் மீது கடுமையான ஒடுக்கு முறையை ஏவிவிட்டன. இங்கிலாந்து தனது ராணுவத்தின் ஒரு பகுதியை உல்ஸ்டரில் வைத்தது. ஐ.ஆர்.ஏ. என்று சந்தேகப் படுபவர்கள் விசாரணை இன்றி பல ஆண்டுகளாகக் காவலில் வைக்கப்பட்டனர். பல ஆண்டுகளுக்கு முன்பு இத்தகைய ஐ.ஆர்.ஏ. அரசியல் கைதிகள் பலர், தங்கள் கோரிக்கைக்கு ஆதரவாக 40 நாட்கள், 50 நாட்கள் உண்ணாவிரதமிருந்து ஒருவர் பின் ஒருவராக உயிர் நீத்தனர். இந்த நிகழ்ச்சி உலகம் முழுவதையும் உலுக்கிவிட்டது. இங்கிலாந்து அரசாங்கத்துக் கெதிராகக் கண்டனக் கணைகள் குவிந்தன.

ஐ.ஆர்.ஏ.காரர்கள் பல வருட காலம் வரை இங்கிலாந்தின் ஆதிக்கத்துக்கெதிராக உல்ஸ்டருக்குள் மட்டுமே ராணுவ நடவடிக்கைகளில் இறங்கிவந்தனர். இங்கிலாந்தின் ராணுவம் மற்றும் உல்ஸ்டர் ஆயதப்படையுடன் துப்பாக்கிச் சண்டையில் ஈடுபடுவது, இங்கிலாந்தின் அமைப்புகளுக்குச் சொந்தமான கட்டடங்களை வெடி வைத்துத் தகர்ப்பது போன்ற நடவடிக்கை யில் ஈடுபட்டு வந்தனர். ஆனால், அது மட்டும் போதாது என்று கூறி இங்கிலாந்துக்குள்ளேயே பயங்கரவாத நடவடிக்கைகளில் ஈடுபட ஆரம்பித்தனர்.

இங்கிலாந்து ராணியின் நெருங்கிய உறவினரும், இந்தியாவின் வைஸ்ராயாக இருந்தவருமான மவுண்ட் பேட்டன் பிரபுவை ஐ.ஆர்.ஏ.க்காரர்கள் வெடிவைத்துக் கொன்றனர். இங்கிலாந்தின் பிரதமராயிருந்த திருமதி.மார்க்ரெட் தாட்சர் ஒரு விருந்து நிகழ்ச்சியில் கலந்து கொண்டபோது ஐ.ஆர்.ஏ.வினர் வெடி வைத்துத் தாக்கினர். ஆனால் அவர் நூலிழையில் உயிர்த்

தப்பினார். தற்பொழுதைய பிரதமர் ஜான் மேஜர், டௌனிங் தெருவில் உள்ள தனது இல்லத்தில் அமைச்சரவைக் கூட்டத்தை நடத்திக்கொண்டிருந்தபோது ஐ.ஆர்.ஏ.வினர் ஒரு காரிலிருந்து ராக்கெட் மூலம் அந்த வீட்டைத் தாக்கினர். ஜான் மேஜரும், அவரது அமைச்சர்களும் மயிரிழையில் உயிர்த் தப்பினர்.

ஐ.ஆர்.ஏ.வினர் இங்கிலாந்தின் ரயில் நிலையங்களிலும், மக்கள் அதிகமாக வசிக்கும் பகுதிகளிலும் கார் வெடிகுண்டுகளை வைத்தனர். இங்கிலாந்து ராணுவத்தினர்மீது தாக்குதல் தொடுத்தனர். 1990-ம் ஆண்டு ஜூன் மாதம் 21-ம் தேதியன்று வடமேற்கு லண்டனில் உள்ள இங்கிலாந்து விமானப்படை தளத்தில் ஐ.ஆர்.ஏ.வினர் வெடிகுண்டு வைத்தனர். அது வெடிப்பதற்கு முன்பே கண்டுபிடிக்கப்பட்டு செயலிழக்கும்படிச் செய்யப்பட்டது. இல்லையென்றால் அன்று மட்டும் பல நூற்றுக்கணக்கான விமானப் படையினர் கொல்லப்பட்டிருப் பார்கள்.

உல்ஸ்டரிலுள்ள கத்தோலிக்க மக்கள், தங்கள் பகுதி ஐரிஷ் குடியரசுடன் இணைய வேண்டும், இங்கிலாந்து, வட அயர் லாந்திலிருந்து வெளியேற வேண்டுமென்றனர். ஆனால் அங்கிருந்த புரொட்டஸ்டாண்டுகளோ இங்கிலாந்து தங்கள் பிரதேசத்திலிருந்து வெளியேறக் கூடாதென்றும் அதன் பொறுப்பில்தான் உல்ஸ்டர் இருக்க வேண்டுமென்றும் கூறினர்.

கத்தோலிக்கர்கள் மற்றும் புரொட்டஸ்டாண்டுகள் தனித்தனி பகுதிகளில் வசிக்கின்றனர். இவ்விருபகுதிகளுக்குமிடையில் இங்கிலாந்து ராணுவத்தினர் நிறுத்தப்பட்டனர். கத்தோலிக்கர் களுக்கென்று தனியான பள்ளிக்கூடங்கள் உள்ளன. கத்தோ லிக்கக் குழந்தைகள், புரொட்டஸ்டாண்டு குழந்தைகளுடன் சேர்ந்து படிக்கக் கூடாதென்று கத்தோலிக்க பிஷப்புகள் உத்தரவிட்டுள்ளனர்.

மதமாற்றங்கள் கண்மூடித்தனமாகத் தூண்டிவிடப்படுவதன் காரணமாக, உல்ஸ்டரிலுள்ள உழைக்கும் மக்கள் ஒருவருக் கொருவர் எதிராகத் திருப்பி விடப்பட்டுள்ளனர். இங்கிலாந்து அரசாங்கமும், உல்ஸ்டர் நிர்வாகமும் சேர்ந்து கத்தோலிக்க மக்களுக்கெதிராகப் பாகுபாடு காண்பித்து வருகின்றன. வேலை வாய்ப்புகளிலும், இதர சமூக விஷயங்களிலும் கத்தோலிக்கர்கள் புறக்கணிக்கப்படுகின்றனர். உல்ஸ்டர் நிர்வாகமும், இங்கி

லாந்து அரசாங்கமும், கத்தோலிக்க மக்களை 'உல்ஸ்டரின் வெள்ளை நீக்ரோக்களாக'க் கருதின. இங்கிருந்து விரட்டப்படும் கத்தோலிக்க மக்களுக்காக அயர்லாந்து குடியரசில் அகதிகள் முகாம் திறக்கப்பட்டன.

இவற்றைக் கூறுவதன் மூலம் உல்ஸ்டரிலுள்ள புரொட்டஸ் டாண்ட் மக்கள் அனைவரும் வசதியுடன் வாழ்கின்றனர் என்று பொருளாகாது. இங்கிலாந்தின் காலனி ஆட்சி, புரொட்டஸ் டாண்ட் மக்களின் பெரும் பகுதியினரை வறுமையில்தான் ஆழ்த்தியுள்ளது. முதலாளித்துவ அமைப்பின் பொருளாதார நெருக்கடிகள் வேலையில்லாத் திண்டாட்டம் ஆகியவை சாதாரண புரொட்டஸ்டாண்ட் மக்களை, ஏழைமைப் பட்ட கத்தோலிக்க மக்களைப் போலவே வறுமையிலும், ஏழைமையிலும் ஆழ்த்தியுள்ளன. ஆனால் மதப் பிரிவினை என்ற ஒரு போலித்தனமான திரையின் மூலம் அவர்களைத் தனித்து வைத்திருக்க தொடர்ந்து சூழ்ச்சிகள் செய்யப்பட்டன.

இந்த புரொட்டஸ்டாண்ட் மக்களில் ஒரு கணிசமான பகுதியினர், இந்தப் பிரச்னைக்கு ஒரு தீர்வு காண வேண்டுமென்று பெரிதும் விரும்புகின்றனர். ஆனால், அதே புரொட்டஸ்டாண்ட் மக்களிடையே உள்ள ஒரு வெறிபிடித்த பகுதியினர் 'ஆரஞ்சுக் கட்டளை' என்ற பெயரில் செயல்பட்டுக்கொண்டு ஐ.ஆர்.ஏ.க் காரர்களுடன் எவ்வித பேச்சுவார்த்தையும் நடத்தக் கூடா தென்றும் கூறி இங்கிலாந்தின் பிடியில்தான் உல்ஸ்டர் இருக்க வேண்டுமென்றும் நிர்ப்பந்தம் செலுத்தி வந்தனர்.

உல்ஸ்டரிலுள்ள கத்தோலிக்க மற்றும் புரொட்டஸ்டாண்ட் முதலாளித்தவ வர்க்கத்தினர் தங்களிடையே சகஜமான உறவைக் கொண்டுள்ளனர். ஆனால் அவர்களுடைய சுரண்டலுக்கு ஆளாகி உள்ள ஏழை, எளிய மக்கள், தங்களுக்குள் ஒருவரையொருவர் விரோதிகளாகக் கண்டனர்.

27. நேரடி ஆட்சி

அயர்லாந்து

1971-ம் ஆண்டில் வடக்கு அயர்லாந்து இங்கிலாந்தின் நேரடி ஆட்சியின் கீழ் வந்தது. வடக்கு அயர்லாந்து நிர்வாகம் மற்றும் அரசாங்கத்தின் அனைத்துத் துறைகளுக்கும் பொறுப்பான வடக்கு அயர்லாந்து அரசாங்கச் செயலாளர், இங்கிலாந்து அமைச்சரவையில் நியமிக்கப்பட்டார். இங்கிலாந்தின் இதர பகுதிகளுக்கு ஏற்பாடு செய்யப்பட்ட வழியில், அயர்லாந்துக்கான பிரதான சட்டங்கள் இங்கிலாந்து நாடாளுமன்றத்தால் இயற்றப்பட்டன. சில சிறிய அற்பமான விஷயங்கள் மட்டும் அயர்லாந்து கவுன்சிலால் கவனிக்கப்பட்டன. அயர்லாந்துக்கு அதிக அதிகாரம் பகிர்ந்தளிக்கப்படுமென்று இந்தக் காலகட்டம் முழுவதும் பேசப்பட்டது. ஆனால் எவ்வித உடன்பாடும் ஏற்படவில்லை.

1970-ம் ஆண்டுகளில் இங்கிலாந்தின் கொள்கை முழுவதும் ராணுவமுறை மூலம் ஐரிஷ் குடியரசுப் படையை (ஐ.ஆர்.ஏ.) தோற்கடிக்க வேண்டுமென்பதாகவே இருந்தது. உல்ஸ்டர் பாதுகாப்புப் படை என்பது ஐ.ஆர்.ஏ.க்கு எதிராக முன்னின்றது. ஐ.ஆர்.ஏ.வின் வன்முறை குறைந்தபோதிலும் இங்கிலாந்துக்கு ராணுவ வெற்றி என்பது கிடைக்கவில்லை. ஐ.ஆர்.ஏ.வை நிராகரிக்கும் கத்தோலிக்கர்கள்கூட கத்தோலிக்கர்புரொட்டஸ்டாண்ட் என்ற மத பிரிவின் அடிப்படையில் செயல்படும்

134

அரசாங்கத்துக்கு ஆதரவு தரத் தயாராக இல்லை. யூனியன் வாதிகள் (Unionists) எனப்படும் புரொட்டஸ்டாண்ட் பகுதியினர் அரசாங்கத்தை நடத்துவதில் கத்தோலிக்கர்கள் பங்கேற்பதை விரும்பவில்லை.

ஐ.ஆர்.ஏ.வினர், 1980-ம் ஆண்டுகளில் லிபியாவிலிருந்து ஆயுதங் களைக் கப்பலில் கொண்டுவந்து இங்கிலாந்துக்கெதிராக வெற்றி பெற முயன்றனர். ஆனால் அது இங்கிலாந்தின் உளவுப் பிரிவால் நிறைவேறாதபடி தடுக்கப்பட்டுவிட்டது. அதன்பின், ஐ.ஆர்.ஏ. வின் மூத்த தலைவர்கள் ராணுவ வழியில் மட்டுமே தங்கள் நோக்கத்தை நிறைவேற்றிக் கொள்வது என்பதிலிருந்து சற்று மாறுபட்டு, இயக்கத்தை விரிவுபடுத்த வேண்டுமெனக் கருதினர். இச்சமயத்தில் ராணுவ மோதல் என்பதும் நிறுத்தப்பட்டது.

1986-ம் ஆண்டில் இங்கிலாந்து மற்றும் ஐரிஷ் அரசாங்கத்துக் கிடையே ஓர் உடன்பாடு ஏற்பட்டது. அயர்லாந்து பிரச்னைக்கு ஓர் அரசியல் தீர்வு காண்பதில் கூட்டாளிகளாக இருப்பதென்று இந்த இரு அரசாங்கங்களும் இந்த உடன்படிக்கையில் கையெழுத்திட்டனர்.

இங்கிலாந்திலேயே வடக்கு அயர்லாந்துதான் சமூக ரீதியாகவும் மற்றும் பொருளாதார ரீதியாகவும் வேலையின்மை என்பதன் மிக மோசமான மட்டங்களுக்குச் சென்றது. வளர்ச்சி என்பது 1970, 1980-ம் ஆண்டுகளில் வேகமற்று இருந்தது. 1990-ம் ஆண்டுகளில் அமைதிக்கான சாத்தியக்கூறு அதிகரித்தபோதுதான் அமைதி என்பது பொருளாதார நிலைமையை பிரகாசமாக்கியது. வட அயர்லாந்து மக்கள்தொகையில் 40 சதவிகிதத்துக்கும் அதிக மானோர் கத்தோலிக்க மக்களாவர்.

1998-ம் ஆண்டு ஏப்ரல் 10-ம் தேதியன்று, அதாவது புனித வெள்ளி தினத்தன்று பெல்பாஸ்ட் உடன்பாடு என்றழைக்கப்பட்ட உடன்பாடு ஏற்பட்டது. இது வடக்கு அயர்லாந்துக்குச் சற்று அதிகாரப் பரவல் கிடைக்கச் செய்தது.

இந்த உடன்பாட்டின்படி பரிசோதனை முறை மூலம் ஐ.ஆர்.ஏ. தன்னிடமுள்ள அனைத்து ஆயுதங்களையும் அழிக்கவேண்டு மென்பதாகும். ஆனால் ஐ.ஆர்.ஏ. அதை அமலாக்கவில்லை.

1998-ம் ஆண்டிலிருந்து ஐ.ஆர்.ஏ. தரப்பிற்கும், இங்கிலாந்து அரசாங்கத்துக்குமிடையே பல்வேறு நபர்கள் மூலமாகப்

பேச்சுவார்த்தை நடைபெற்றது. ஐ.ஆர்.ஏ. ஆயுத மோதல்களைக் கைவிட்டு ஜனநாயகப் பாதைக்கு வருவது, இங்கிலாந்து அரசாங்கம் தனது கண்காணிப்பு கோபுரங்களை அகற்றுவது, அபகீர்த்தி வாய்ந்த ராயல் உல்ஸ்டர் காவலர் படையை, அகற்றி வட அயர்லாந்து காவலர் சேவையைத் தொடங்குவது குறித்து பல உடன்பாடுகள் எட்டப்பட்டன.

இவற்றின் விளைவாக 2005-ம் ஆண்டு ஜூலை 28-ம் தேதியன்று ஐ.ஆர்.ஏ. பின்வரும் அறிக்கையை வெளியிட்டது :

★ ஐரிஷ் குடியரசுப் படையின் தலைமை, ஆயுத எழுச்சியை நிறுத்தும்படி முறைப்படி உத்தரவிடுகிறது.

★ இது இன்று பிற்பகல் 4 மணி முதல் அமலுக்கு வருகிறது.

★ ஐரிஷ் குடியரசுப்படையின் அனைத்துப் பிரிவுகளும் ஆயுதங்களை கைவிடும்படி உத்தரவிடப்படுகிறது.

★ அனைத்துத் தொண்டர்களும், முற்றிலும் அமைதியான வழியில் அரசியல் மற்றும் ஜனநாயகத் திட்டங்களுக்கு உதவும்படி கட்டளையிடப்படுகிறார்கள்.

★ எத்தகையதாக இருந்தாலும், தொண்டர்கள் வேறெந்த செயல்பாடுகளிலும் ஈடுபடக் கூடாது.

★ நமது பிரதிநிதிகள், ஆயுதக் கைவிடலுக்கான சுயேச்சை யான சர்வதேச குழுவுடன் தொடர்பு கொள்ளும்படி அங்கீகாரமளிக்கப்படுகிறார்கள். ஆயுதக் கைவிடல் என்ற போக்கை முழுமையாக்குவதற்கும், ஆயுதங்கள் பயன் படுத்தப்படவில்லை என்பதை நிரூபித்து மக்களின் நம்பிக்கையை அதிகரிக்கச் செய்ய வேண்டும். எவ்வளவு விரைவில் முடியுமோ அவ்வளவு விரைவில் இதை முடிக்க வேண்டும்.

★ இதற்கு சான்று பகர, புரொட்டஸ்டாண்ட் மற்றும் கத்தோலிக்கத் திருச்சபைகளிலிருந்து இரண்டு சுதந்தரமான சாட்சிகளை நாங்கள் அழைத்துள்ளோம்.

★ ஐ.ஆர்.ஏ. கிளைகள் மற்றும் தொண்டர்களுடன் முன்னெப் போதும் இல்லாத அளவுக்கு உள் விவாதம் மற்றும் ஆலோசனை செய்த பிறகே ராணுவ கவுன்சில் இத்தகைய முடிவுகளை எடுத்துள்ளது.

★ ஆலோசனை வழிமுறை நடத்தப்பட்டவிதம் மற்றும் அளிக்கப்பட்ட ஆலோசனைகளின் ஆழம் மற்றும் உள்ளடக்கம் ஆகியவற்றின் நேர்மையான மற்றும் வெளிப் படையான போக்கை நாங்கள் பராட்டுகிறோம்.

★ இந்த உண்மையான வரலாற்றுபூர்வ விவாதம் தோழமை பூர்வ வழியில் நடத்தப்பட்டதைக் கண்டு நாங்கள் பெருமைப் படுகிறோம். இந்த ஆலோசனைகளின் விளைவானது, சின் பீன் அமைதித் திட்டத்துக்கு ஐ.ஆர்.ஏ. தொண்டர்களிடையே பலமான ஆதரவு இருப்பதைக் காண்பிக்கிறது.

★ இந்த அமைதிக்கான பேச்சுவார்த்தையில் இரண்டு அரசாங் கங்களும், யூனியன்வாதிகளும் (Unionists) முற்றிலும் ஈடுபடத் தவறியது குறித்து பரவலான கவலை எழுந்துள்ளது.

★ இது உண்மையான சிரமங்களை தோற்றுவித்து உள்ளது. அயர்லாந்து மக்களில் மிகப் பெரும்பான்மையோர் இந்த முயற்சியை முற்றிலும் ஆதரிக்கிறார்கள்.

★ அவர்களும், உலகம் முழுவதிலும் உள்ள ஐரிஷ் ஒற்றுமைக் கான நண்பர்களும், புனித வெள்ளி உடன்பாடு முற்றிலும் அமலாக்கப்படுவதை காண விரும்புகிறார்கள்.

★ இத்தகைய சிரமங்கள் இருந்தபோதிலும், நமது லட்சிய மான ஒன்றுபட்ட அயர்லாந்து உள்ளிட்டு நம்முடைய குடியரசு மற்றும் ஜனநாயக நோக்கங்களை முன்னெடுத்துச் செல்லும் பொருட்டு நம்முடைய முடிவுகள் எடுக்கப் பட்டுள்ளன.

★ இதை அடைவதற்கும், நமது நாட்டில் ஆங்கிலேயர் ஆட்சியை முடிவுக்குக் கொண்டுவரவும் தற்போது ஒரு மாற்றுவழி உள்ளது. தலைமைப் பண்பு, உறுதி மற்றும் துணிவை காண்பிக்க வேண்டியது தொண்டர்களின் பொறுப்பாகும்.

★ இறந்த நம்முடைய தேசபக்தர்களின், சிறைக்குச் சென்றவர் களின், தொண்டர்களின், அவர்களுடைய குடும்பங்களின், பரந்துபட்ட குடியரசுவாதிகளின் தியாகங்களை நாங்கள் நினைவுகூர்ந்து வருகிறோம்.

★ ஆயுதப்போராட்டமென்பது முற்றிலும் நியாயமானது என்ற கருத்தை மீண்டும் ஊர்ஜிதம் செய்கிறோம். இந்த மோத

லினால் ஏராளமானோர் பாதிக்கப்பட்டுள்ளதை நாங்கள் உணர்கிறோம்.

- ★ ஒரு நீதியான மற்றும் நிரந்தர அமைதியைக் கட்ட வேண்டியது அனைத்துத் தரப்பினருக்கும் கட்டாய அவசியமாகும். தேசியவாத மற்றும் குடியரசு சமூகங்களின் பாதுகாப்புக் குறித்த பிரச்னை, எங்களிடம் எழுப்பப் பட்டுள்ளது.

- ★ 1969 மற்றும் 1970-ம் ஆண்டுகளின் படுகொலைகள் மீண்டும் ஏற்படாதிருப்பதை உத்தரவாதம் செய்ய வேண்டியது சமூகத்தின் கடமை ஆகும்.

- ★ குறுங்குழுவாதப் போக்குகளின் (Sectarialism) அனைத்து வடிவங்களையும் சமாளிக்க வேண்டிது சர்வதேசக் கடமையாகும்.

- ★ ஐரிஷ் ஒற்றுமை மற்றும் சுதந்தரத்தின் இலக்குகளுக்கும் ஐ.ஆர்.ஏ. முற்றிலும் உறுதி பூண்டுள்ளது. அதேபோன்று 1916-ம் வருடத்திய பிரகடனத்தில் வரையறுத்துள்ளபடி குடியரசைக் கட்டுவதற்கும் உறுதி பூண்டுள்ளது.

- ★ அனைத்து இடங்களிலுமுள்ள ஐரிஷ் குடியரசுவாதிகளின் அதிகபட்ச ஒற்றுமைக்கும் மற்றும் முயற்சிக்கும் நாங்கள் அறைகூவல் விடுகிறோம். ஒன்றுபட்டு செயல்படுவதன் மூலம் ஐரிஷ் குடியரசுவாதிகள், நம்முடைய இலக்குகளை அடைய முடியுமென்று நாங்கள் நிச்சயம் நம்புகிறோம்.

- ★ நாம் எடுத்துள்ள முடிவுகளின் முக்கியத்துவத்தை ஒவ்வொரு தொண்டரும் அறிவார். இத்தகைய உத்தரவுகளுக்கு முற்றிலும் கட்டுப்படும்படி ஐரிஷ் குடியரசுப் படையினர் அனைவரும் நிர்ப்பந்திக்கப்படுகிறார்கள்.

- ★ அமைதி முயற்சிக்குக் கிடைத்துள்ள கணிசமான சக்தி மற்றும் நல்லெண்ணத்தைப் பயன்படுத்திக்கொள்ள முன்னெப் போதும் இல்லாத வாய்ப்பு உள்ளது. இதற்கும், அயர்லாந்து மக்களுக்குச் சுதந்தரம் மற்றும் ஒற்றுமையைக் கொண்டு வருவதற்கான தொடர்ச்சியான முயற்சிகளுக்கும் ஈடு இணையற்ற முன்முயற்சிகளின் விரிவான தொடர்ச்சியானது, நம்முடைய பங்களிப்பாகும்.'

(ஃபிரண்ட்லைன், ஆகஸ்ட் 26, 2005)

28. மோதலுக்கு முற்றுப்புள்ளி

அயர்லாந்து

ஐ.ஆர்.ஏ. என்றழைக்கப்பட்ட ஐரிஷ் குடியரசு ராணுவத்தின் இந்த அறிவிப்புடன் வட அயர்லாந்தில் மோதல்கள் நின்றன. இந்த அறிக்கை ஒப்புவமை இல்லாதது என்று இங்கிலாந்து பிரதமர் டோனிபிளேர் கூறினார்.

உல்ஸ்டர் யூனியன்வாதிகள் கட்சியைச் சேர்ந்த மிதவாதிகள் இந்த அறிக்கையை வெகுவாக வரவேற்றனர். இது முன்பே வந்திருக்க வேண்டுமென்று அவர்கள் கருத்துத் தெரிவித்தனர்.

இந்த அறிக்கை வெளியானதைத் தொடர்ந்து வடக்கு அயர்லாந்திலிருந்த இங்கிலாந்து ராணுவத்தின் காவல் கோபுரங்களும் அவற்றைச் சுற்றி போடப்பட்டிருந்த இரும்பு வயர்களும் அகற்றப்பட்டன. ராயல் உல்ஸ்டர் காவலர் படை அகற்றப்பட்டு வட அயர்லாந்து காவலர் சேவை தொடங்கப்பட்டது. இது, மக்களின், குறிப்பாகக் கத்தோலிக்க மக்களின் அரசாங்கம் குறித்த நம்பகத் தன்மையையும், நம்பிக்கையையும் அதிகரிக்க உதவியது.

இதன்பின் ஆட்சிப் பகிர்வு குறித்தும், கொலை வழக்குகளில், வங்கி கொள்ளை வழக்குகளில் சம்பந்தப்பட்ட ஐ.ஆர்.ஏ. வினர் குற்றம் சாட்டப்படாமல் வட அயர்லாந்து திரும்ப சட்டம் இயற்றுவதற்கும், இங்கிலாந்தின் ராணுவத்தைக் குறைப் பதற்கும் பேச்சுவார்த்தைகள் ஆரம்பிக்கப்பட்டுள்ளன.

அயர்லாந்து விடுதலைப் போராட்டம் என்பது, உலக வரலாற்றிலேயே, தங்களுடைய தேசிய இன உரிமைகளையும், தங்கள் தாய்மொழியையும், தங்கள் பிரதேசத்தின் இறை யாண்மையையும் காத்துக்கொள்வதற்காக, ஐரிஷ் இனமக்கள் நடத்திய வீரஞ்செறிந்த போராட்டமாகும். 800 ஆண்டுகளுக்கும் மேற்பட்ட ஐரிஷ் மக்களின் போராட்ட வரலாறு அது. உலகில் எத்தகைய பலம்படைத் சக்தியும், எந்தவொரு தேசிய இனமக்களின் உரிமைகளை, விருப்பங்களை அழிக்க முடியாது என்பதை அழுத்தமாக அறிவித்தது.

பின்னிணைப்பு

உதவிய நூல்கள்

1. The Irish Question and the British People, Desmond Greaves, Pamphlet - 1963

2. Ireland Her Own, T.A. Jackson, Lawrence & Wishart

3. Ireland and the Irish Question, Karl Marx and Frederick Engels, Progress Publishers

4. A Dictionary for Believers and Non-believers, Progress Publishers

5. Glimpses of World History, Jawaharlal Nehru, Penguin Books India